CUỘC ĐỜI
QUA MẮT TÔI

**Tuyển tập
nhạc Phật giáo**

CUỘC ĐỜI QUA MẮT TÔI
Tuyển tập nhạc Phật giáo
TÂM ĐỨC HOÀNG ĐỨC THÀNH

Thiết kế bản in: Nguyễn Minh Tiến
Thiết kế bìa: Họa sĩ Đình Khải

Nhà xuất bản Liên Phật Hội
United Buddhist Publisher
Xuất bản tháng 2 năm 2024
Westminster, California, USA

ISBN: 979-8-8691-7465-9

TÂM ĐỨC HOÀNG ĐỨC THÀNH

Cuộc Đời Qua Mắt Tôi

TUYỂN TẬP NHẠC PHẬT GIÁO

UNITED BUDDHIST PUBLISHER
NHÀ XUẤT BẢN LIÊN PHẬT HỘI

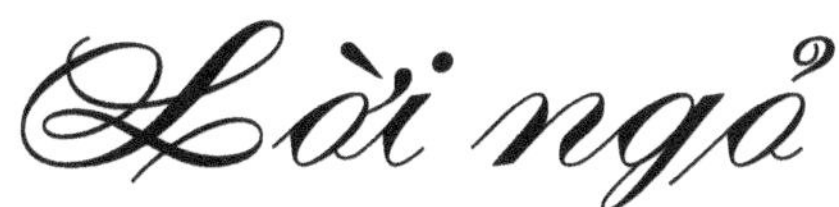

Nam Mô Phật Bổn Sư Thích Ca Mâu Ni

Xin trân trọng giới thiệu đến chư Tôn Đức Tăng Ni và quý thiện hữu tri thức gần xa tập nhạc Phật giáo "Cuộc Đời Qua Mắt Tôi" do Phật tử Tâm Đức phổ nhạc, được kết tinh từ kim ngôn cao thượng của Đức Phật Thích Ca Mâu Ni và của các bậc Chư Tôn Thiền Đức.

Qua những ca khúc Phật giáo này, Tâm Đức hy vọng gửi đến người nghe những minh triết cao đẹp của Đấng Từ Phụ để nhắc nhở nhau tiến tu trên con đường Giác Ngộ giải thoát.

Nguyện đem công đức này
Hướng về khắp tất cả
Đệ tử và chúng sanh
Đều trọn thành Phật đạo.

Kính,
Tâm Đức Hoàng Đức Thành

Introduction

Namo Shakyamuni Buddha.

It is a great pleasure to introduce to the Venerable Monks, monks and nuns and dear friends, near and far, the Buddhist music book "Life Through My Eyes" which was put together by Tam Duc, crystallized from the noble teachings of Shakyamuni Buddha and of the Venerables.

Through these Buddhist songs, Tam Duc hopes to send listeners the beautiful wisdom of the Buddha to remind each other to diligently practice on the path of Enlightenment and liberation.

Pray for this merit
Towards all
Disciples and sentient beings
All are fully enlightened.

With Metta,
Tam Duc Hoang Duc Thanh

MỤC LỤC

Anh nếu biết...

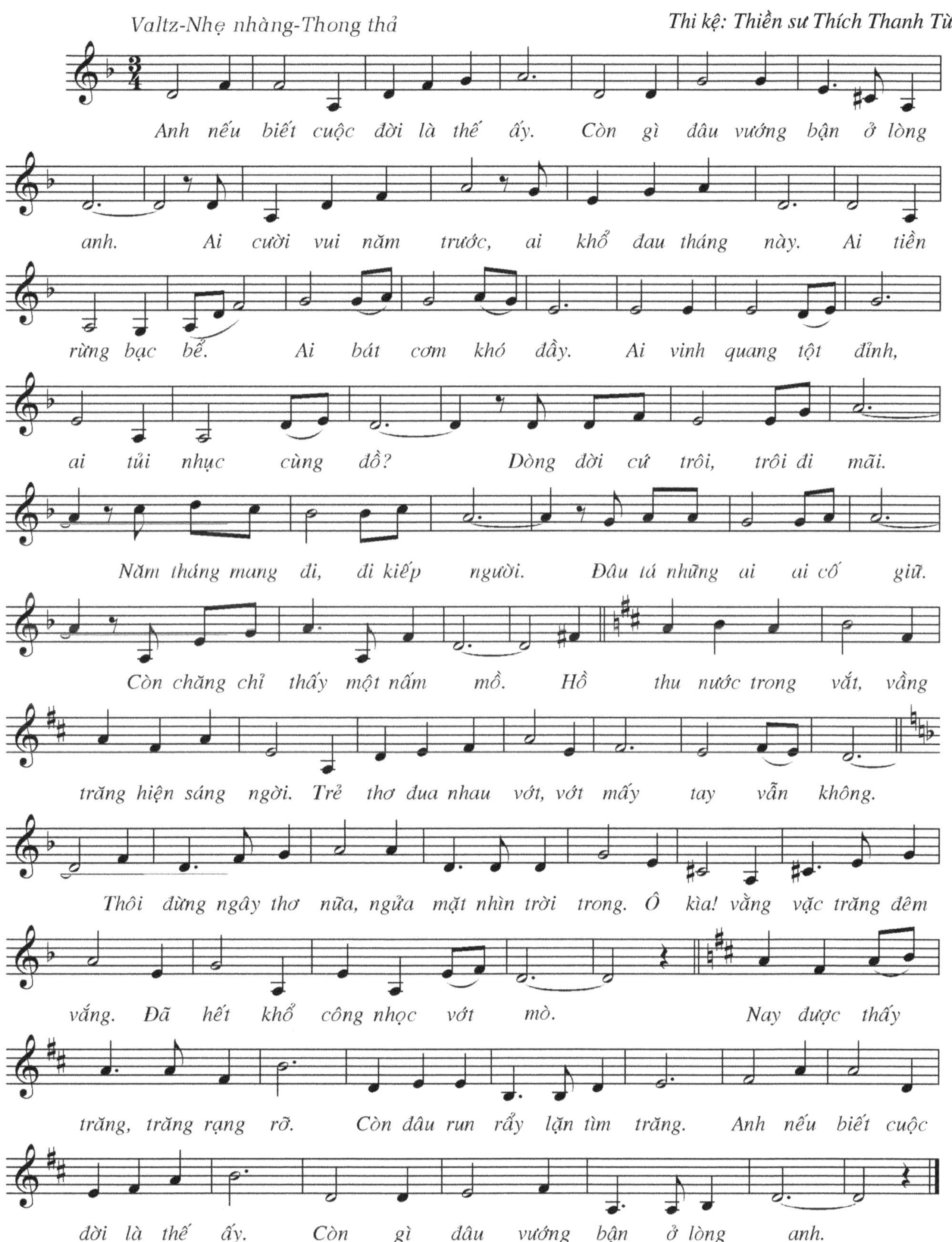

Valtz-Nhẹ nhàng-Thong thả
Thi kệ: Thiền sư Thích Thanh Từ
Anh nếu biết cuộc đời là thế ấy. Còn gì dâu vướng bận ở lòng
anh. Ai cười vui năm trước, ai khổ đau tháng này. Ai tiền
rừng bạc bể. Ai bát cơm khó đầy. Ai vinh quang tột đỉnh,
ai tủi nhục cùng đồ? Dòng đời cứ trôi, trôi đi mãi.
Năm tháng mang đi, đi kiếp người. Đâu tá những ai ai cố giữ.
Còn chăng chỉ thấy một nấm mồ. Hồ thu nước trong vắt, vầng
trăng hiện sáng ngời. Trẻ thơ đua nhau vớt, vớt mấy tay vẫn không.
Thôi đừng ngây thơ nữa, ngửa mặt nhìn trời trong. Ô kìa! vằng vặc trăng đêm
vắng. Đã hết khổ công nhọc vớt mò. Nay được thấy
trăng, trăng rạng rỡ. Còn đâu run rẩy lặn tìm trăng. Anh nếu biết cuộc
đời là thế ấy. Còn gì dâu vướng bận ở lòng anh.

Buông xả

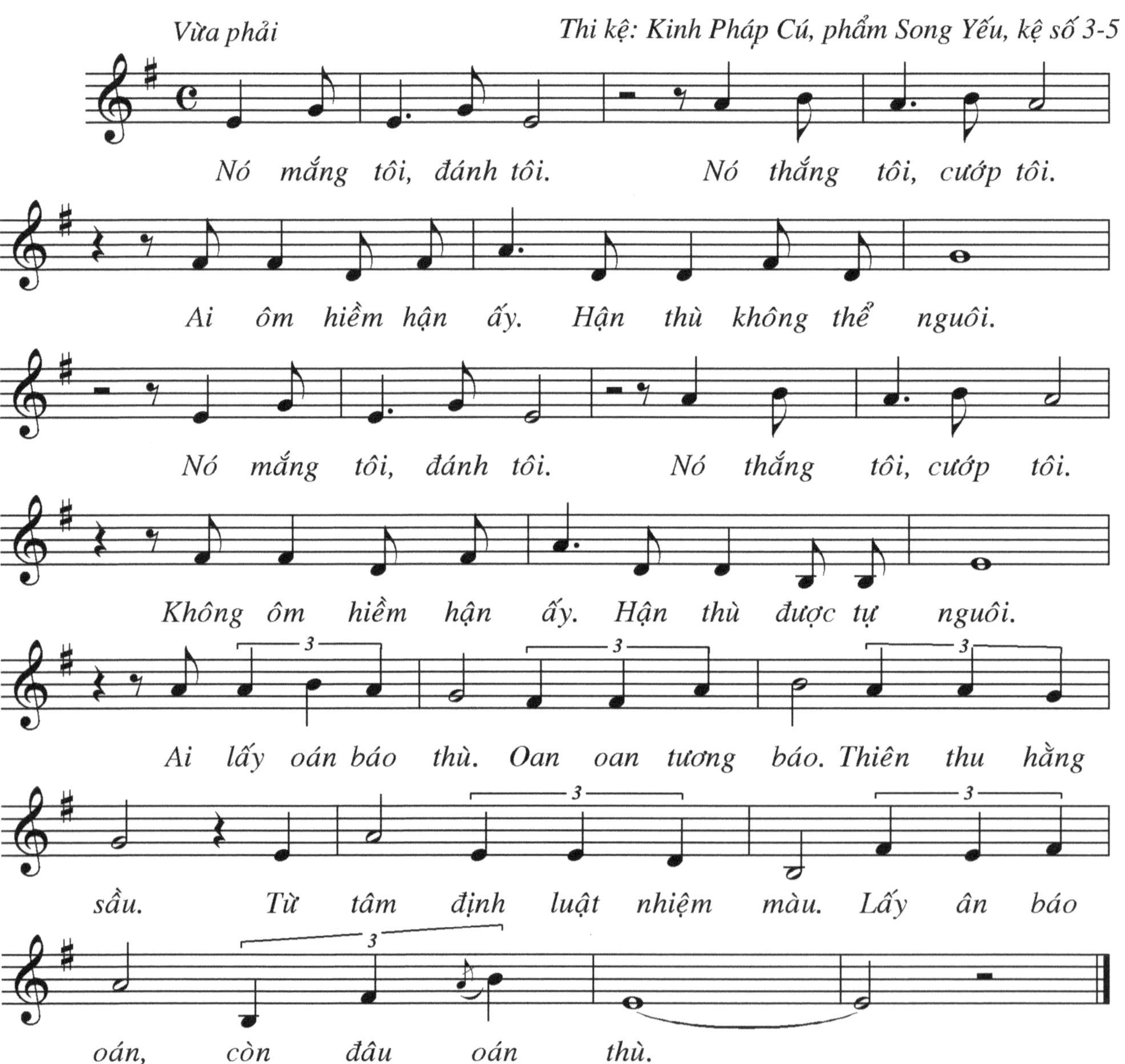

Vừa phải

Thi kệ: Kinh Pháp Cú, phẩm Song Yếu, kệ số 3-5

Nó mắng tôi, đánh tôi. Nó thắng tôi, cướp tôi.

Ai ôm hiềm hận ấy. Hận thù không thể nguôi.

Nó mắng tôi, đánh tôi. Nó thắng tôi, cướp tôi.

Không ôm hiềm hận ấy. Hận thù được tự nguôi.

Ai lấy oán báo thù. Oan oan tương báo. Thiên thu hằng

sầu. Từ tâm định luật nhiệm màu. Lấy ân báo

oán, còn đâu oán thù.

Cảm niệm Ân Sư

Để tưởng nhớ công hạnh phụng sự và hy hiến một đời cho đạo pháp
và dân tộc của Cố Đại Lão Hòa Thượng.
Nam Mô Công Đức Lâm Bồ Tát tác đại chứng minh.
..........Tâm Đức

Dép cỏ lối về còn hiển hiện
Hoa Đàm tuy rụng vẫn còn hương

Từ khắp muôn phương chúng con đã về. Dâng lên

Thầy muôn vàn kính yêu. Thầy ơi! Một đời nguyện độ khắp xa

gần. Bước chân giáo hóa không nề gian lao. Bốn mùa xuân hạ thu

đông. Đầu xanh tóc bạc, nâu sòng đã phai. Thăng trầm sự thế đổi thay.

an nhiên tĩnh lặng, nụ cười bao dung. Rồi có một ngày vô thường chợt

đến. Thân tứ đại huyễn hóa mong manh. Về Đâu? Về đâu? Nay Thầy về
Thầy ơi! Nghìn sau Hoa Đàm còn

đâu? Ơn giáo dưỡng một đời nên huệ mạng. Nghĩa Ân
hương

Sư muôn kiếp khó đáp đền. Thầy ơi! Chúng con một dạ chí
Thầy ơi! Chúng con một dạ chí

thành. Nguyện luôn tinh tấn theo lời Thầy khuyên. 14 tháng 11/2012
thành. Nguyện xin kính lễ, đời đời ân sâu.

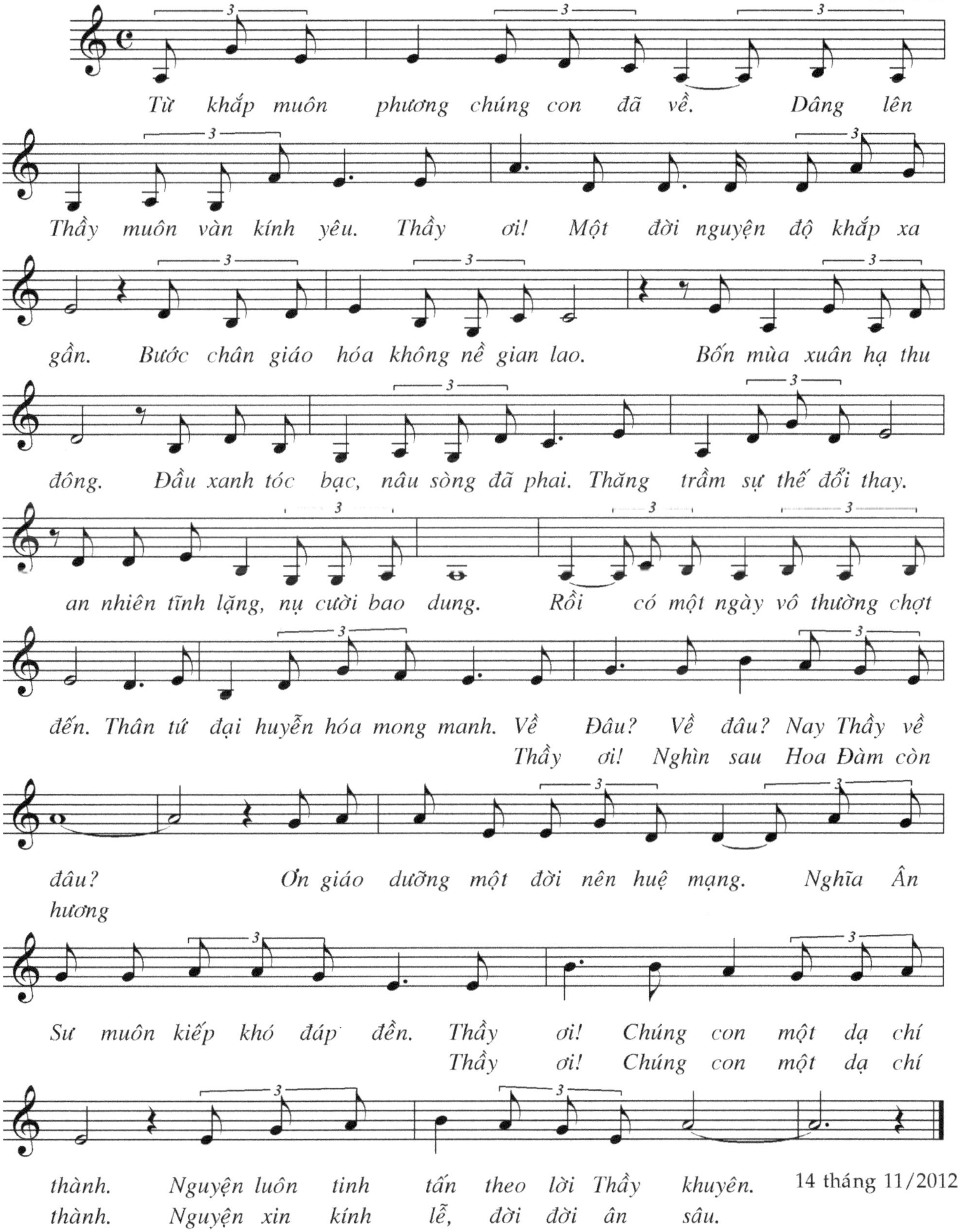

Chí Tâm Sám Hối

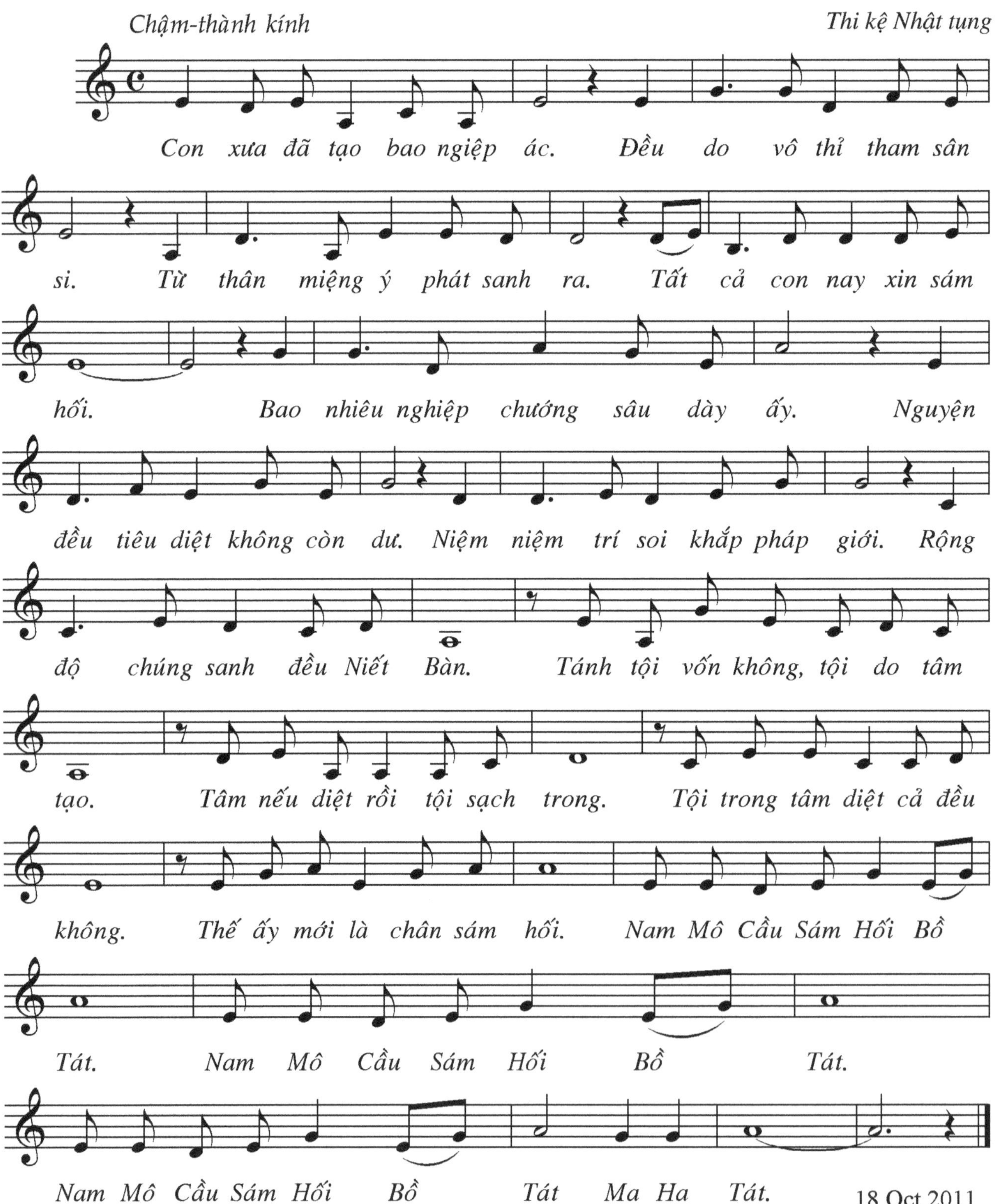

Chậm-thành kính
Thi kệ Nhật tụng
Con xưa đã tạo bao ngiệp ác. Đều do vô thỉ tham sân
si. Từ thân miệng ý phát sanh ra. Tất cả con nay xin sám
hối. Bao nhiêu nghiệp chướng sâu dày ấy. Nguyện
đều tiêu diệt không còn dư. Niệm niệm trí soi khắp pháp giới. Rộng
độ chúng sanh đều Niết Bàn. Tánh tội vốn không, tội do tâm
tạo. Tâm nếu diệt rồi tội sạch trong. Tội trong tâm diệt cả đều
không. Thế ấy mới là chân sám hối. Nam Mô Cầu Sám Hối Bồ
Tát. Nam Mô Cầu Sám Hối Bồ Tát.
Nam Mô Cầu Sám Hối Bồ Tát Ma Ha Tát.
18 Oct 2011

14

Chúc người mới quy y

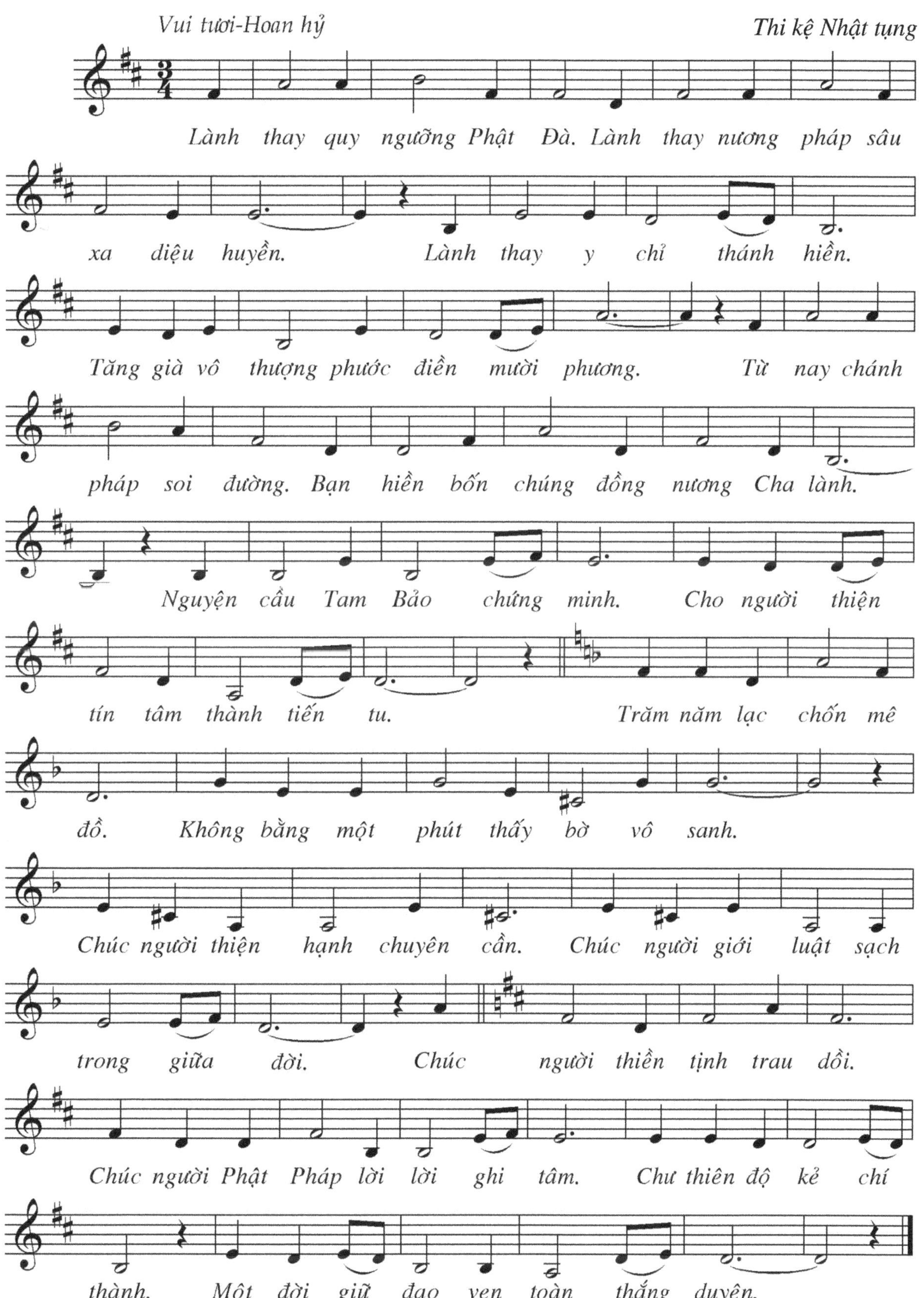

Vui tươi-Hoan hỷ
Thi kệ Nhật tụng
Lành thay quy ngưỡng Phật Đà. Lành thay nương pháp sâu
xa diệu huyền. Lành thay y chỉ thánh hiền.
Tăng già vô thượng phước điền mười phương. Từ nay chánh
pháp soi đường. Bạn hiền bốn chúng đồng nương Cha lành.
Nguyện cầu Tam Bảo chứng minh. Cho người thiện
tín tâm thành tiến tu. Trăm năm lạc chốn mê
đồ. Không bằng một phút thấy bờ vô sanh.
Chúc người thiện hạnh chuyên cần. Chúc người giới luật sạch
trong giữa đời. Chúc người thiền tịnh trau dồi.
Chúc người Phật Pháp lời lời ghi tâm. Chư thiên độ kẻ chí
thành. Một đời giữ đạo vẹn toàn thắng duyên.

Cư Trần Lạc Đạo-Hữu Không

Thi kệ: *Thị đệ tử - Thiền sư Vạn Hạnh*
Cư trần lạc đạo - Sơ tổ Trúc Lâm
Hữu Không - Thiền sư Đạo Hạnh

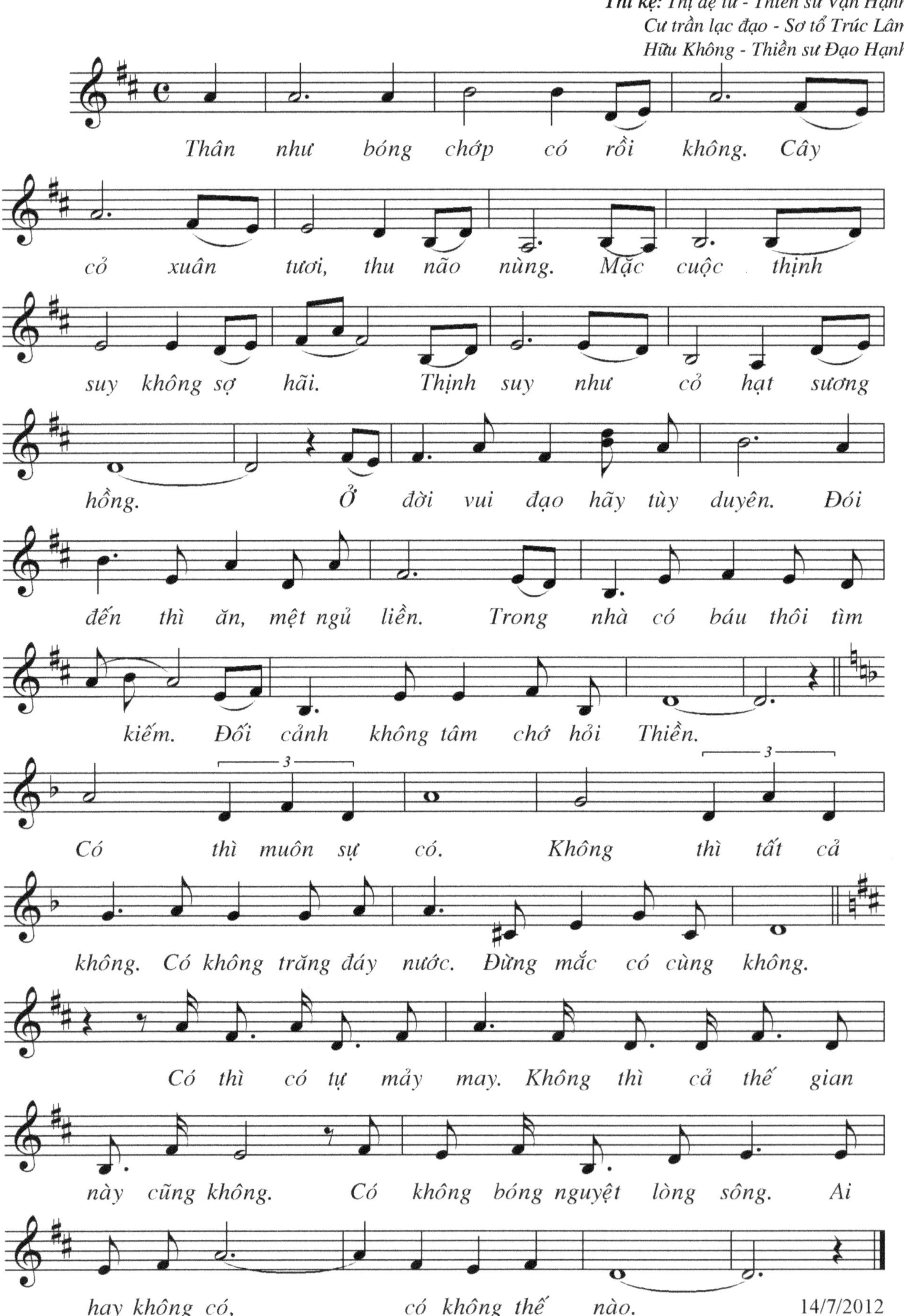

Thân như bóng chớp có rồi không. Cây
cỏ xuân tươi, thu não nùng. Mặc cuộc thịnh
suy không sợ hãi. Thịnh suy như cỏ hạt sương
hồng. Ở đời vui đạo hãy tùy duyên. Đói
đến thì ăn, mệt ngủ liền. Trong nhà có báu thôi tìm
kiếm. Đối cảnh không tâm chớ hỏi Thiền.
Có thì muôn sự có. Không thì tất cả
không. Có không trăng đáy nước. Đừng mắc có cùng không.
Có thì có tự mảy may. Không thì cả thế gian
này cũng không. Có không bóng nguyệt lòng sông. Ai
hay không có, có không thế nào.

14/7/2012

Cuộc đời qua mắt tôi

Lạc quan

Thi kệ: Thiền sư Thích Thanh Từ

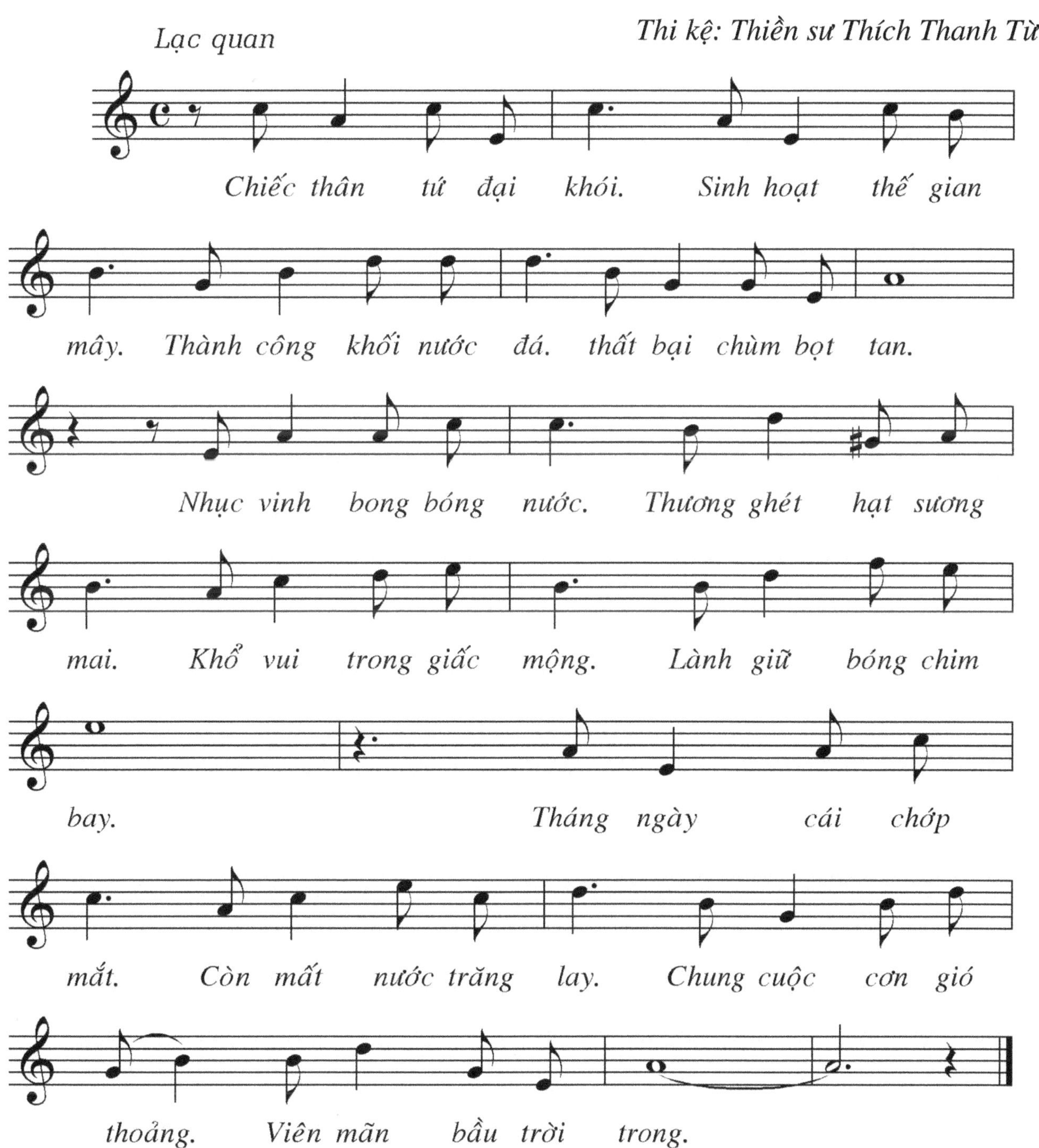

Chiếc thân tứ đại khói. Sinh hoạt thế gian
mây. Thành công khối nước đá. thất bại chùm bọt tan.
Nhục vinh bong bóng nước. Thương ghét hạt sương
mai. Khổ vui trong giấc mộng. Lành giữ bóng chim
bay. Tháng ngày cái chớp
mắt. Còn mất nước trăng lay. Chung cuộc cơn gió
thoảng. Viên mãn bầu trời trong.

Dâng Hoa

Offering Flowers to the Triple Gems-Puja

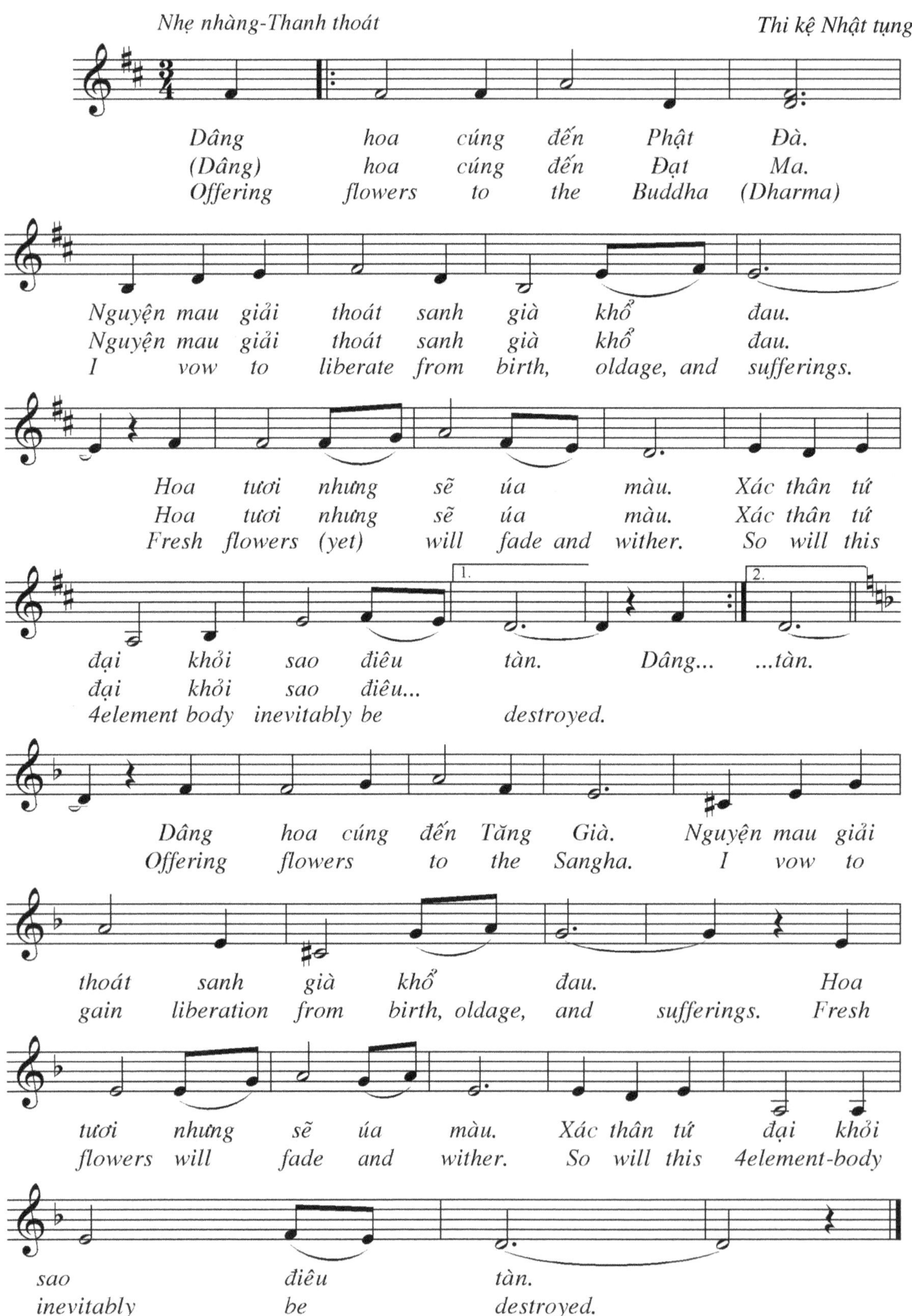

Nhẹ nhàng-Thanh thoát
Thi kệ Nhật tụng
Dâng hoa cúng đến Phật Đà.
(Dâng) hoa cúng đến Đạt Ma.
Offering flowers to the Buddha (Dharma)
Nguyện mau giải thoát sanh già khổ đau.
Nguyện mau giải thoát sanh già khổ đau.
I vow to liberate from birth, oldage, and sufferings.
Hoa tươi nhưng sẽ úa màu. Xác thân tứ
Hoa tươi nhưng sẽ úa màu. Xác thân tứ
Fresh flowers (yet) will fade and wither. So will this
1.
2.
đại khởi sao điêu tàn. Dâng... ...tàn.
đại khởi sao điêu...
4element body inevitably be destroyed.
Dâng hoa cúng đến Tăng Già. Nguyện mau giải
Offering flowers to the Sangha. I vow to
thoát sanh già khổ đau. Hoa
gain liberation from birth, oldage, and sufferings. Fresh
tươi nhưng sẽ úa màu. Xác thân tứ đại khởi
flowers will fade and wither. So will this 4element-body
sao điêu tàn.
inevitably be destroyed.

Dâng Hương Hoa

(Mừng Khánh Đản)

Sưu tầm

Chậm-Trang nghiêm

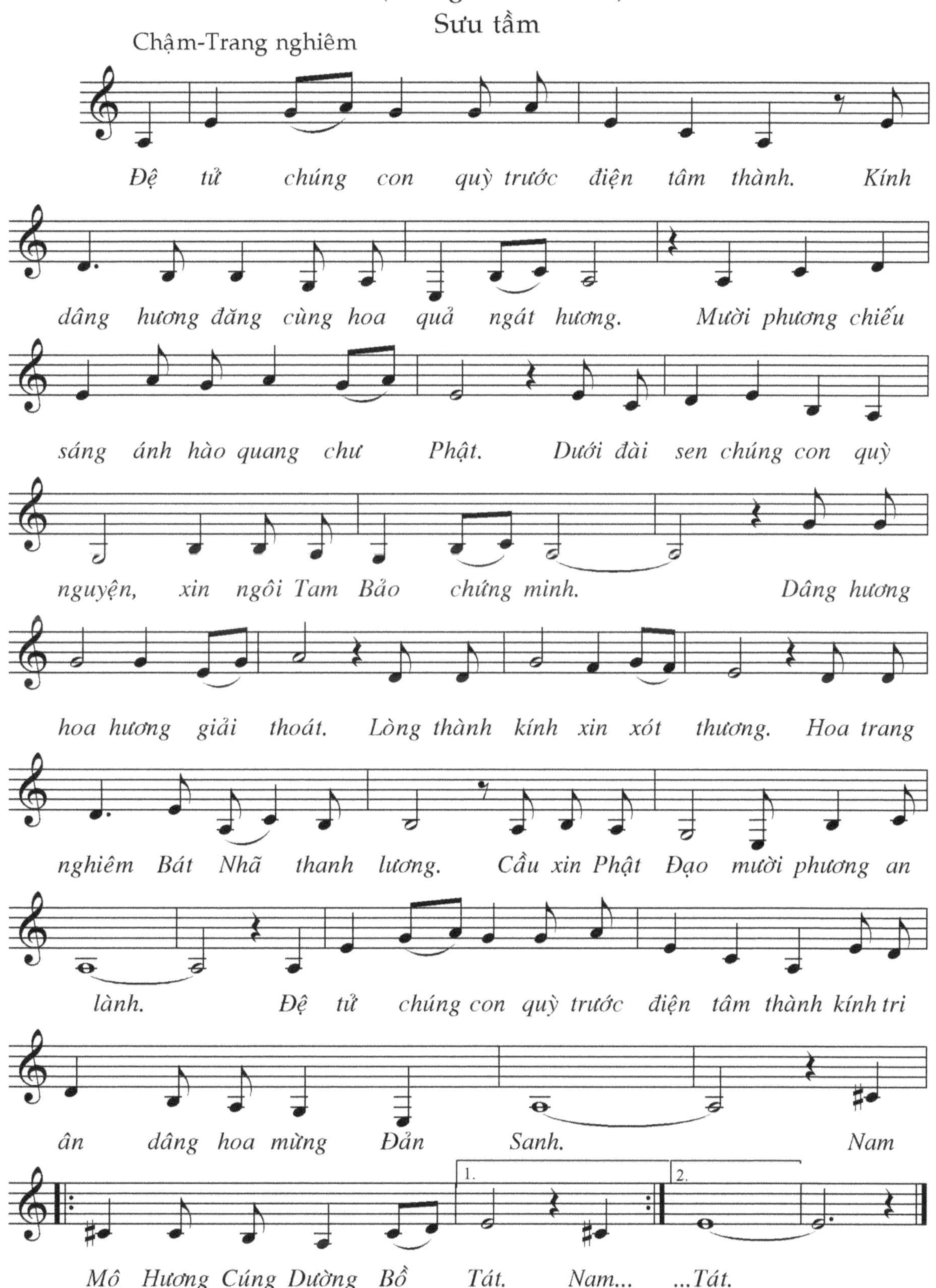

Đệ tử chúng con quỳ trước điện tâm thành. Kính
dâng hương đăng cùng hoa quả ngát hương. Mười phương chiếu
sáng ánh hào quang chư Phật. Dưới đài sen chúng con quỳ
nguyện, xin ngôi Tam Bảo chứng minh. Dâng hương
hoa hương giải thoát. Lòng thành kính xin xót thương. Hoa trang
nghiêm Bát Nhã thanh lương. Cầu xin Phật Đạo mười phương an
lành. Đệ tử chúng con quỳ trước điện tâm thành kính tri
ân dâng hoa mừng Đản Sanh. Nam
Mô Hương Cúng Dường Bồ Tát. Nam... ...Tát.

19

Dâng Hương Hoa

(Mừng Vu Lan)

Sưu tầm

Chậm-Trang nghiêm
Đệ tử chúng con quỳ trước điện tâm thành. Kính
dâng hương đăng cùng hoa quả ngát hương. Mười phương chiếu
sáng ánh hào quang chư Phật. Dưới đài sen chúng con quỳ
nguyện, xin ngôi Tam Bảo chứng minh. Dâng hương
hoa hương giải thoát. Lòng thành kính xin xót thương. Hoa trang
nghiêm Bát Nhã thanh lương. Cầu xin Phật Đạo mười phương an
lành. Đệ tử chúng con quỳ trước điện tâm thành kính tri
ân dâng hoa mừng Vu Lan. Nam
1.
2.
Mô Hương Cúng Dường Bồ Tát. Nam... ...Tát.

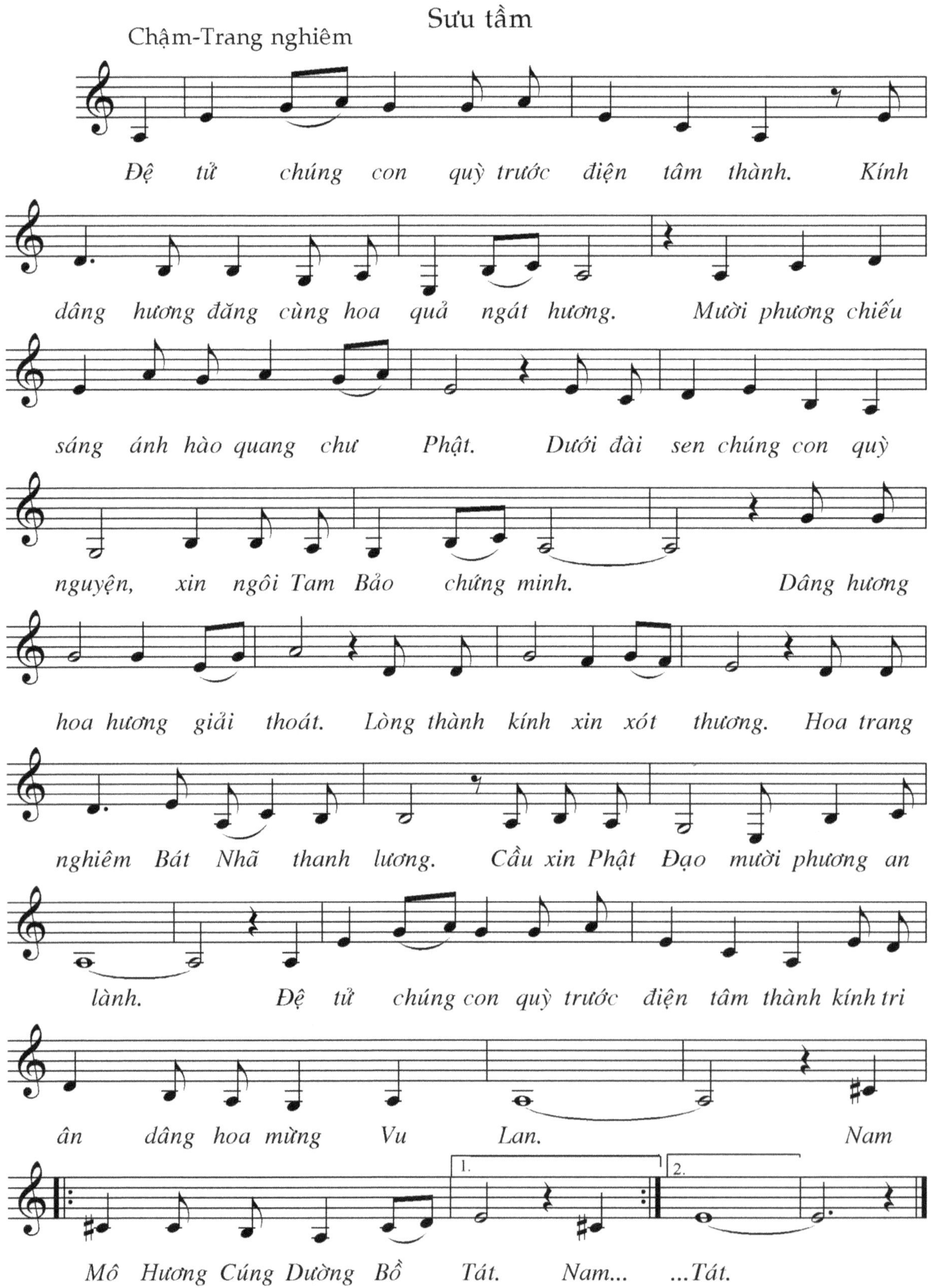

20

Đệ tử Đức Thế Tôn

Thành kính-Thanh thoát

Thi kệ: Kinh Pháp cú

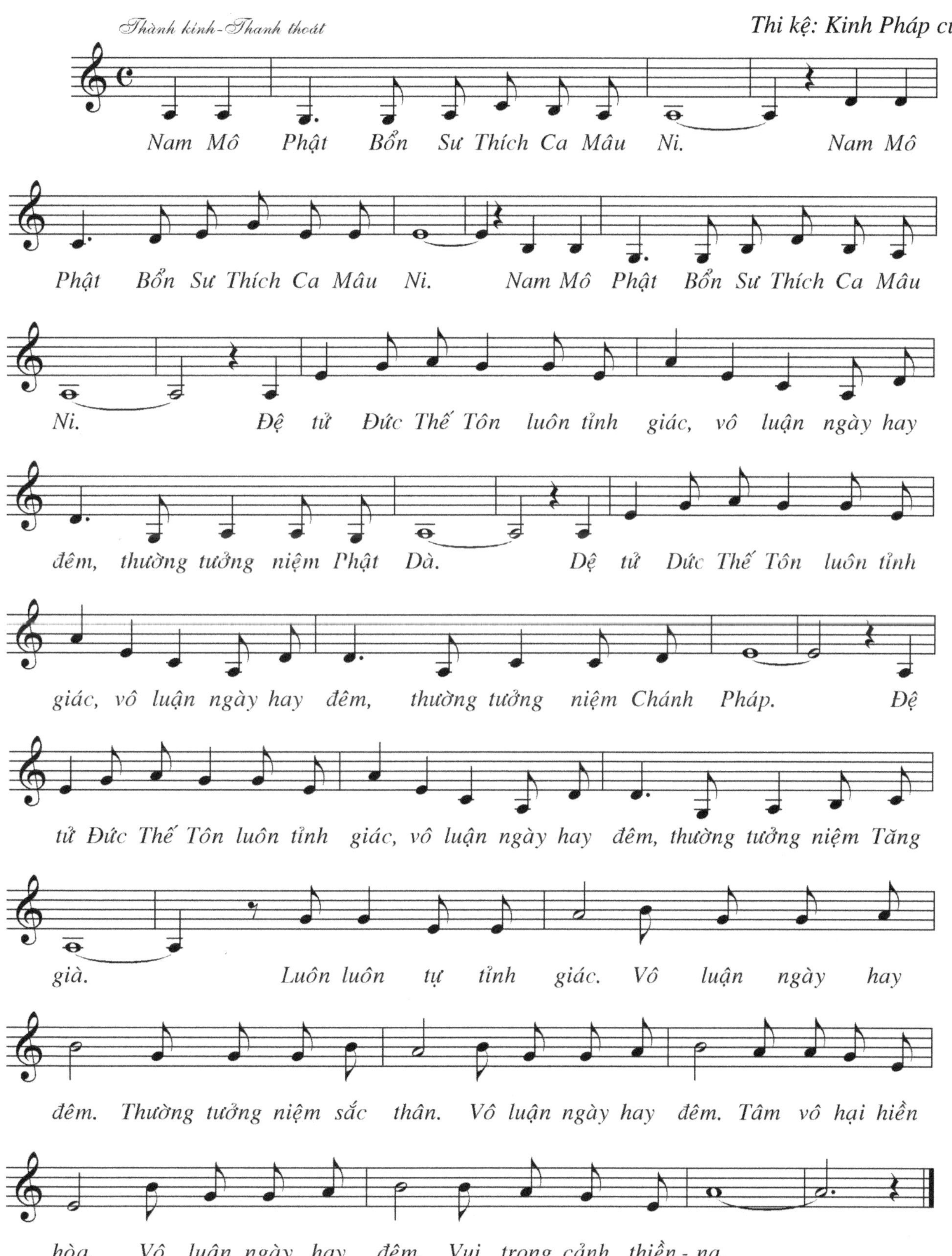

Nam Mô Phật Bổn Sư Thích Ca Mâu Ni. Nam Mô
Phật Bổn Sư Thích Ca Mâu Ni. Nam Mô Phật Bổn Sư Thích Ca Mâu
Ni. Đệ tử Đức Thế Tôn luôn tỉnh giác, vô luận ngày hay
đêm, thường tưởng niệm Phật Dà. Đệ tử Đức Thế Tôn luôn tỉnh
giác, vô luận ngày hay đêm, thường tưởng niệm Chánh Pháp. Đệ
tử Đức Thế Tôn luôn tỉnh giác, vô luận ngày hay đêm, thường tưởng niệm Tăng
già. Luôn luôn tự tỉnh giác. Vô luận ngày hay
đêm. Thường tưởng niệm sắc thân. Vô luận ngày hay đêm. Tâm vô hại hiền
hòa. Vô luận ngày hay đêm. Vui trong cảnh thiền - na.

ĐIỀU TÂM

Nhẹ nhàng, thanh thoát

Thi kệ: Kinh Pháp cú

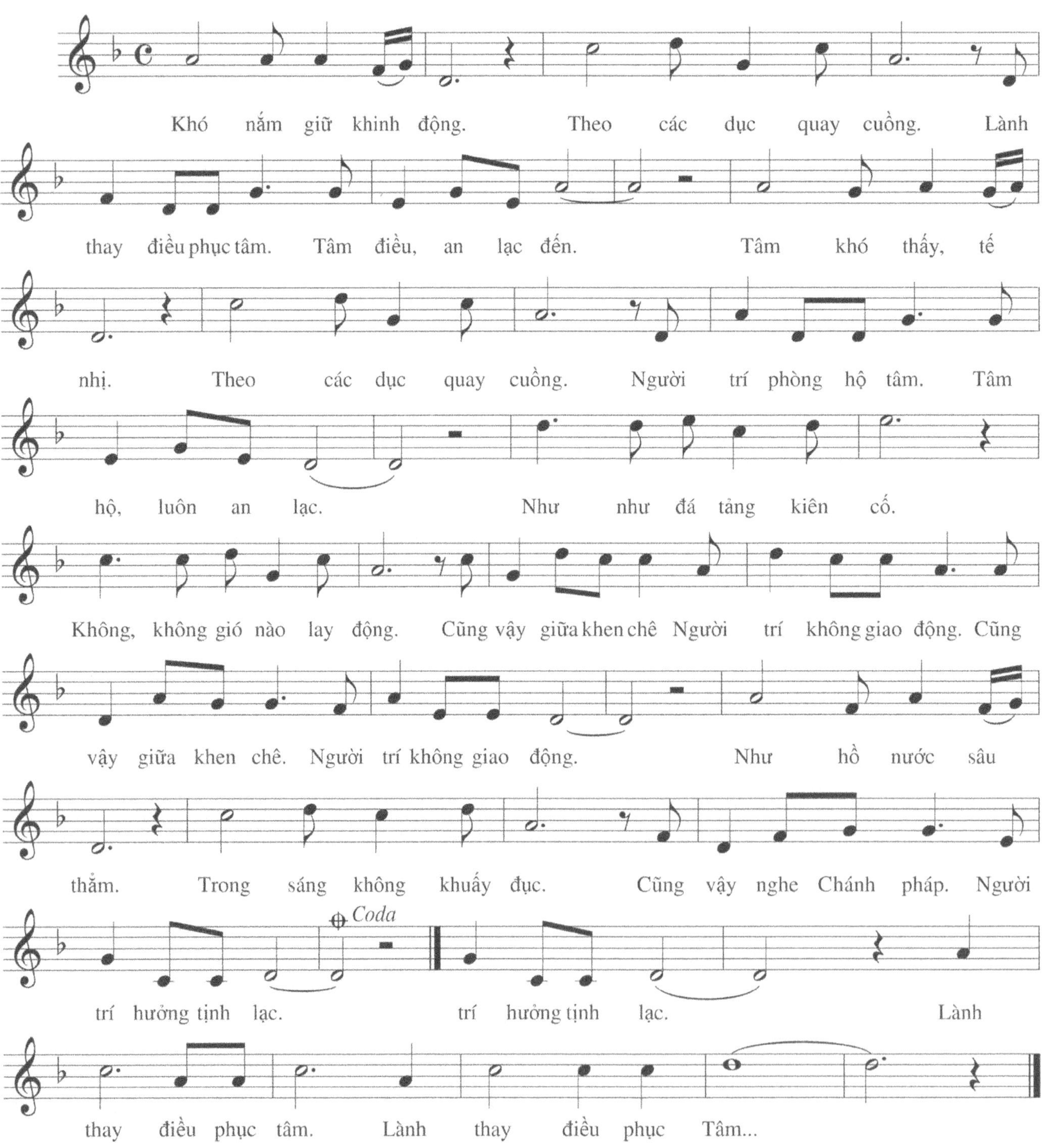

Khó nắm giữ khinh động. Theo các dục quay cuồng. Lành
thay điều phục tâm. Tâm điều, an lạc đến. Tâm khó thấy, tế
nhị. Theo các dục quay cuồng. Người trí phòng hộ tâm. Tâm
hộ, luôn an lạc. Như như đá tảng kiên cố.
Không, không gió nào lay động. Cũng vậy giữa khen chê Người trí không giao động. Cũng
vậy giữa khen chê. Người trí không giao động. Như hồ nước sâu
thẳm. Trong sáng không khuấy đục. Cũng vậy nghe Chánh pháp. Người
trí hưởng tịnh lạc. trí hưởng tịnh lạc. Lành
thay điều phục tâm. Lành thay điều phục Tâm...

Đón mừng Đản Sanh

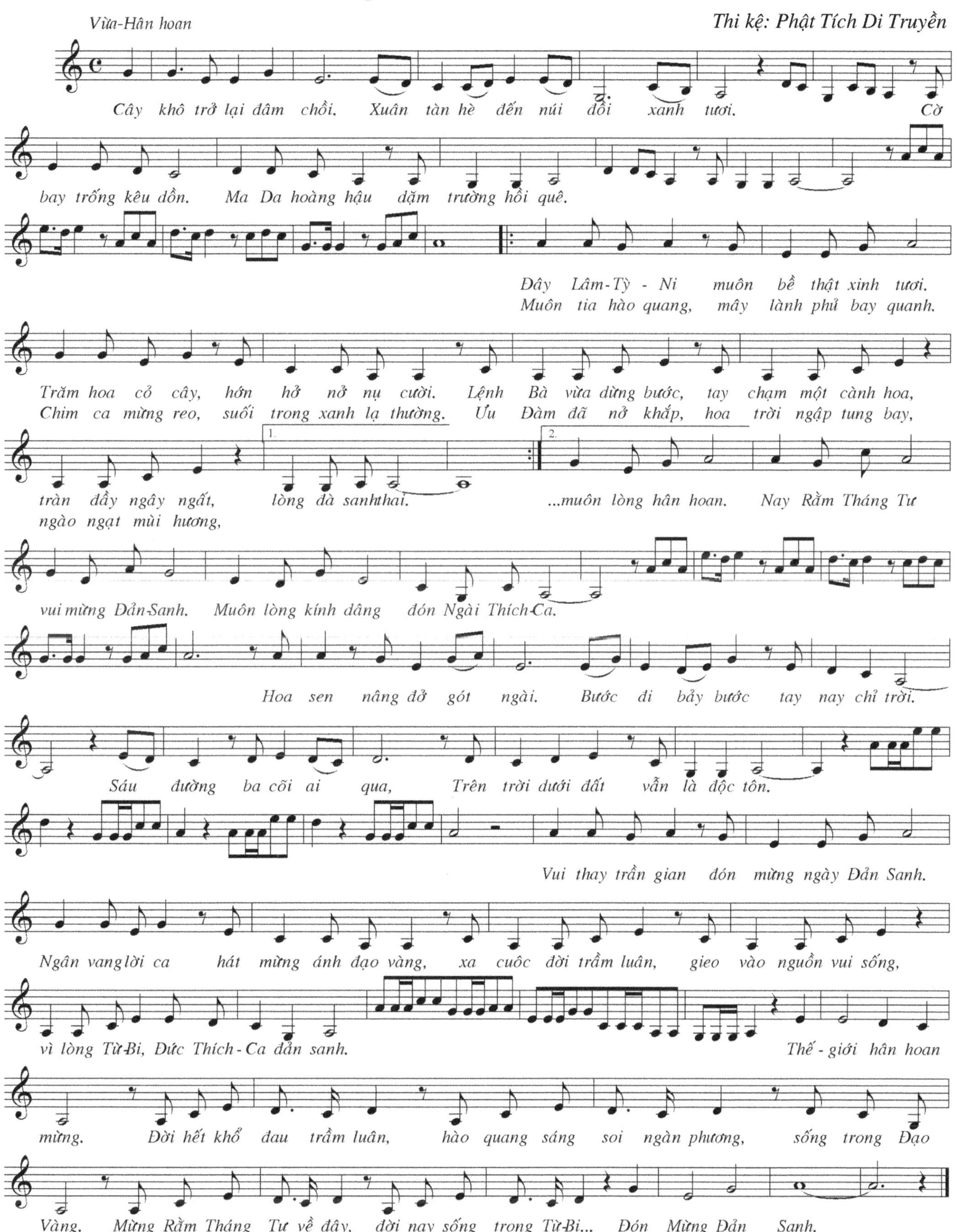

Vừa-Hân hoan
Thi kệ: Phật Tích Di Truyền
Cây khô trở lại đâm chồi. Xuân tàn hè đến núi đồi xanh tươi. Cờ
bay trống kêu dồn. Ma Da hoàng hậu dặm trường hồi quê.
Đây Lâm-Tỳ-Ni muôn bề thật xinh tươi.
Muôn tia hào quang, mây lành phủ bay quanh.
Trăm hoa cỏ cây, hớn hở nở nụ cười. Lệnh Bà vừa dừng bước, tay chạm một cành hoa,
Chim ca mừng reo, suối trong xanh lạ thường. Ưu Đàm đã nở khắp, hoa trời ngập tung bay,
1.
tràn đầy ngây ngất, lòng đà sanh thai.
ngào ngạt mùi hương,
2.
...muôn lòng hân hoan. Nay Rằm Tháng Tư
vui mừng Đản-Sanh. Muôn lòng kính dâng đón Ngài Thích-Ca.
Hoa sen nâng đỡ gót ngài. Bước đi bảy bước tay nay chỉ trời.
Sáu đường ba cõi ai qua, Trên trời dưới đất vẫn là độc tôn.
Vui thay trần gian đón mừng ngày Đản Sanh.
Ngân vang lời ca hát mừng ánh đạo vàng, xa cuộc đời trầm luân, gieo vào nguồn vui sống,
vì lòng Từ-Bi, Đức Thích-Ca đản sanh. Thế-giới hân hoan
mừng. Đời hết khổ đau trầm luân, hào quang sáng soi ngàn phương, sống trong Đạo
Vàng. Mừng Rằm Tháng Tư về đây, đời nay sống trong Từ-Bi... Đón Mừng Đản Sanh.

Hương Đức Hạnh
Fragrance of the Virtuous

Thi kệ: Kinh Pháp Cú
Verses: Dhammapada

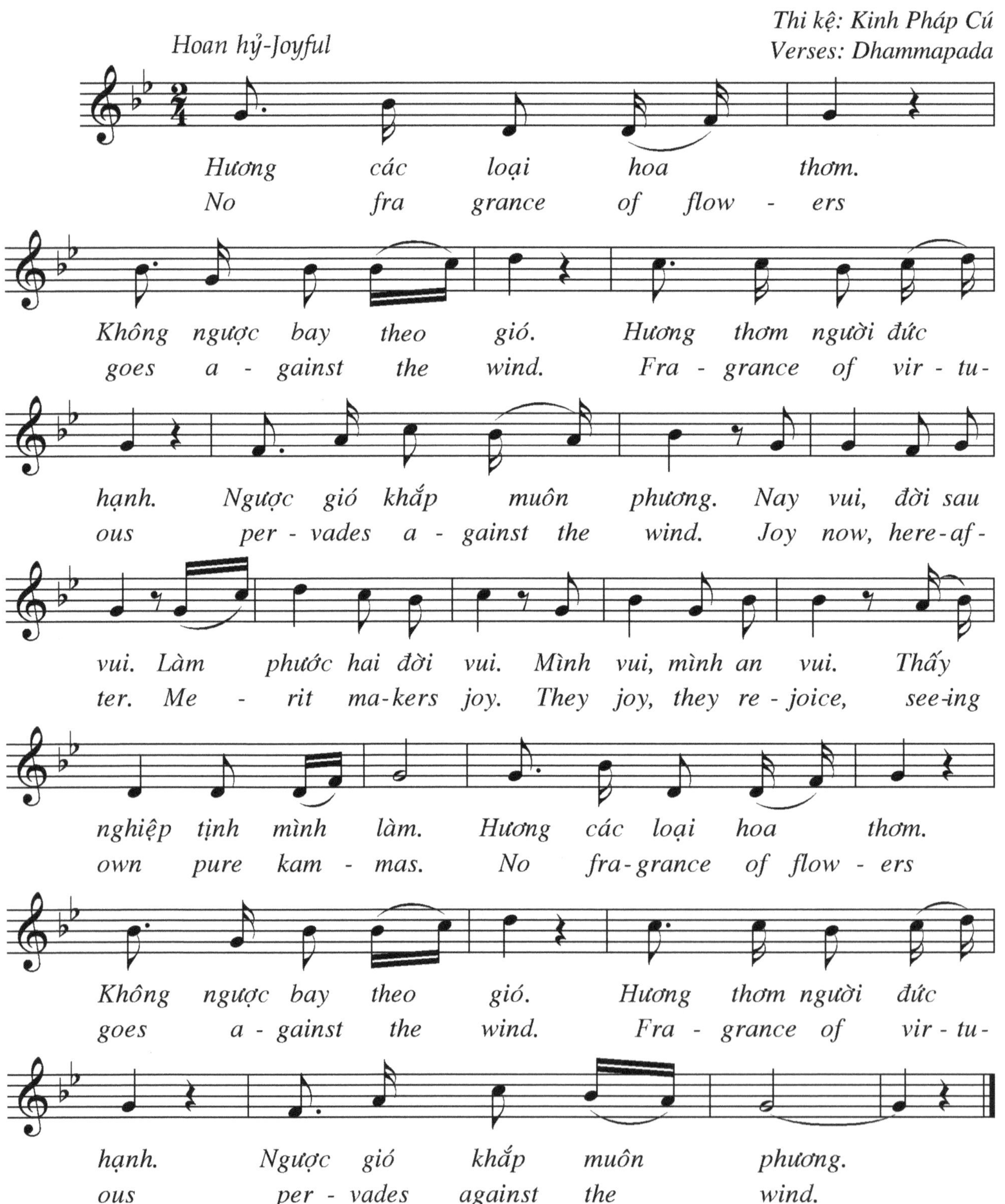

Hoan hỷ-Joyful
Hương các loại hoa thơm.
No fra grance of flow - ers
Không ngược bay theo gió. Hương thơm người đức
goes a - gainst the wind. Fra - grance of vir - tu-
hạnh. Ngược gió khắp muôn phương. Nay vui, đời sau
ous per - vades a - gainst the wind. Joy now, here-af-
vui. Làm phước hai đời vui. Mình vui, mình an vui. Thấy
ter. Me - rit ma-kers joy. They joy, they re - joice, see-ing
nghiệp tịnh mình làm. Hương các loại hoa thơm.
own pure kam - mas. No fra-grance of flow - ers
Không ngược bay theo gió. Hương thơm người đức
goes a - gainst the wind. Fra - grance of vir - tu-
hạnh. Ngược gió khắp muôn phương.
ous per - vades against the wind.

Kệ Dâng Y

Chậm-Thành kính

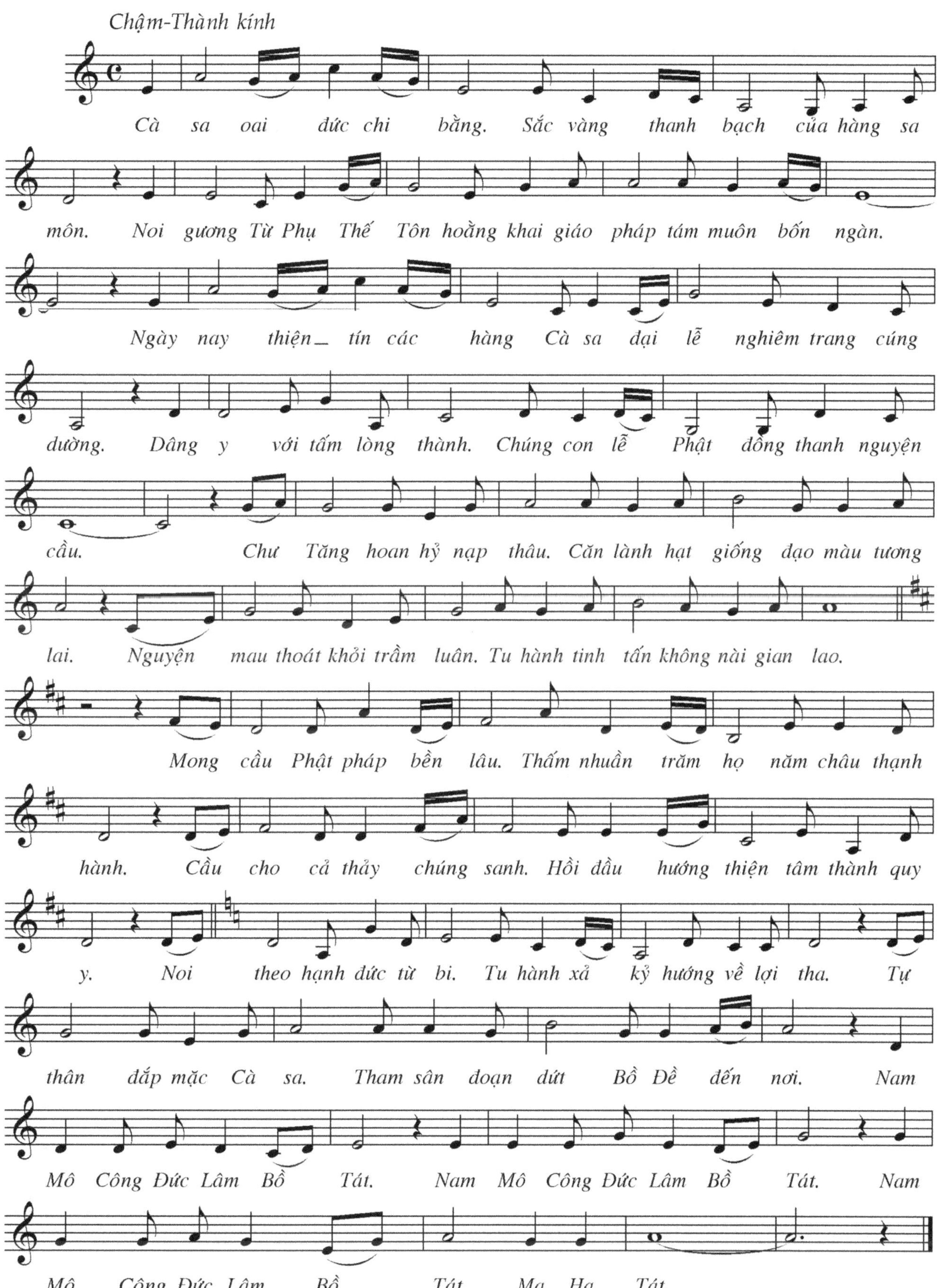

Cà sa oai đức chi bằng. Sắc vàng thanh bạch của hàng sa
môn. Noi gương Từ Phụ Thế Tôn hoằng khai giáo pháp tám muôn bốn ngàn.
Ngày nay thiện tín các hàng Cà sa đại lễ nghiêm trang cúng
dường. Dâng y với tấm lòng thành. Chúng con lễ Phật đồng thanh nguyện
cầu. Chư Tăng hoan hỷ nạp thâu. Căn lành hạt giống đạo màu tương
lai. Nguyện mau thoát khỏi trầm luân. Tu hành tinh tấn không nài gian lao.
Mong cầu Phật pháp bền lâu. Thấm nhuần trăm họ năm châu thạnh
hành. Cầu cho cả thảy chúng sanh. Hồi đầu hướng thiện tâm thành quy
y. Noi theo hạnh đức từ bi. Tu hành xả kỷ hướng về lợi tha. Tự
thân đắp mặc Cà sa. Tham sân đoạn dứt Bồ Đề đến nơi. Nam
Mô Công Đức Lâm Bồ Tát. Nam Mô Công Đức Lâm Bồ Tát. Nam
Mô Công Đức Lâm Bồ Tát Ma Ha Tát.

Khuyến thế tiến Đạo

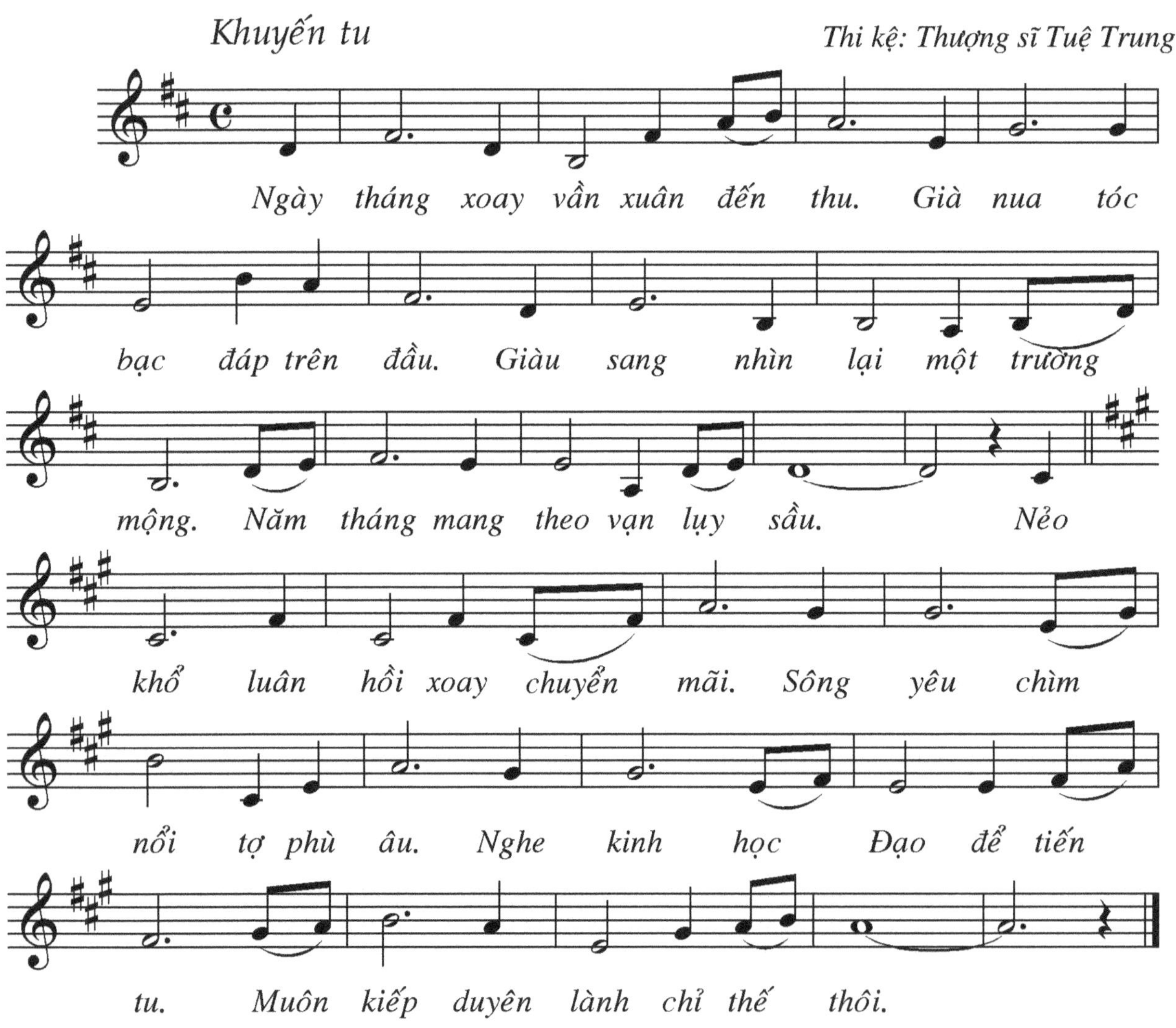

Khuyến tu
Thi kệ: Thượng sĩ Tuệ Trung
Ngày tháng xoay vần xuân đến thu. Già nua tóc
bạc đáp trên đầu. Giàu sang nhìn lại một trường
mộng. Năm tháng mang theo vạn lụy sầu. Nẻo
khổ luân hồi xoay chuyển mãi. Sông yêu chìm
nổi tợ phù âu. Nghe kinh học Đạo để tiến
tu. Muôn kiếp duyên lành chỉ thế thôi.

Người biết sống một mình

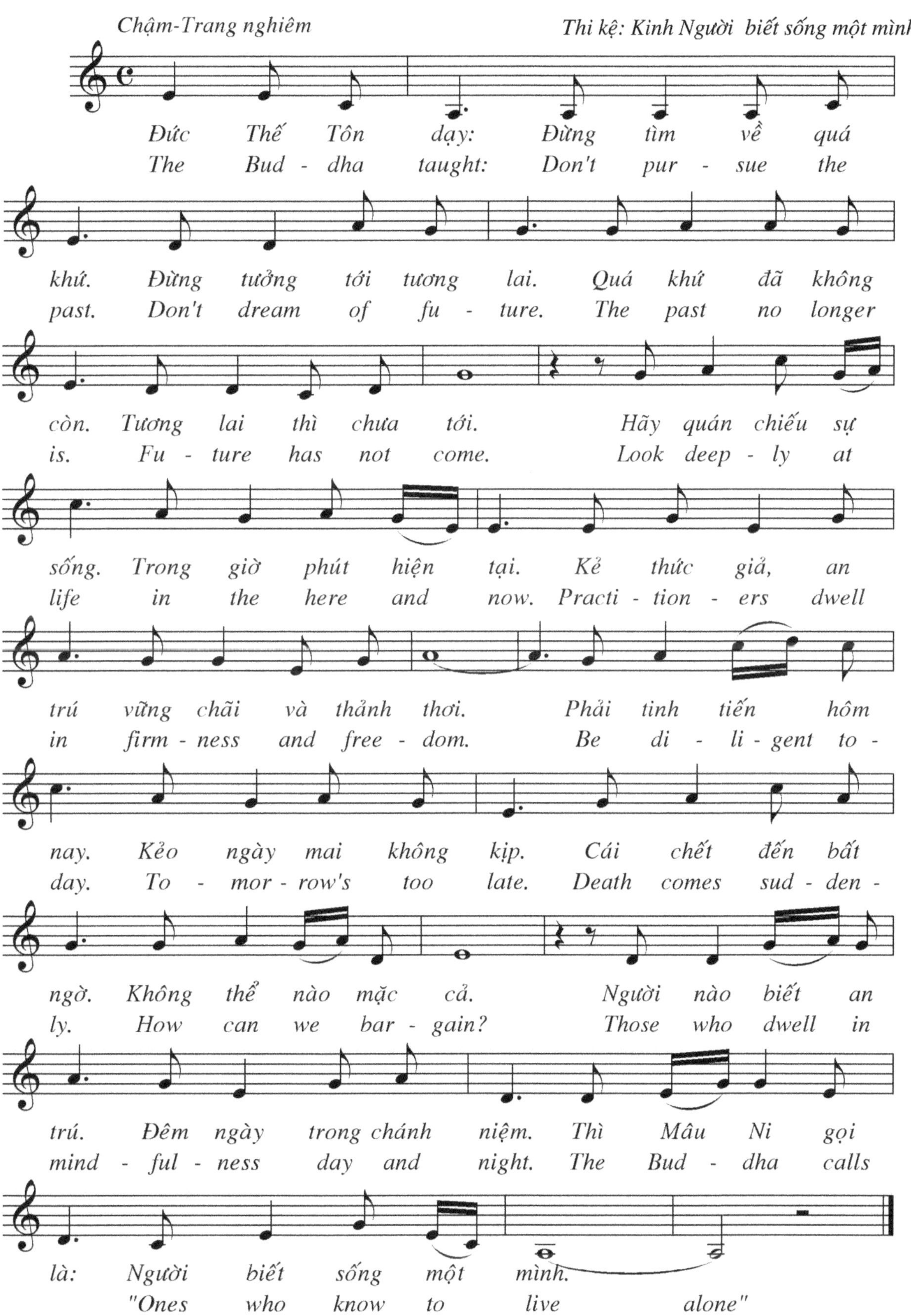

Chậm-Trang nghiêm
Thi kệ: Kinh Người biết sống một mình
Đức Thế Tôn dạy: Đừng tìm về quá
The Bud - dha taught: Don't pur - sue the
khứ. Đừng tưởng tới tương lai. Quá khứ đã không
past. Don't dream of fu - ture. The past no longer
còn. Tương lai thì chưa tới. Hãy quán chiếu sự
is. Fu - ture has not come. Look deep - ly at
sống. Trong giờ phút hiện tại. Kẻ thức giả, an
life in the here and now. Practi - tion - ers dwell
trú vững chãi và thảnh thơi. Phải tinh tiến hôm
in firm - ness and free - dom. Be di - li - gent to -
nay. Kẻo ngày mai không kịp. Cái chết đến bất
day. To - mor - row's too late. Death comes sud - den -
ngờ. Không thể nào mặc cả. Người nào biết an
ly. How can we bar - gain? Those who dwell in
trú. Đêm ngày trong chánh niệm. Thì Mâu Ni gọi
mind - ful - ness day and night. The Bud - dha calls
là: Người biết sống một mình.
"Ones who know to live alone"

Lễ bái Phụ Mẫu

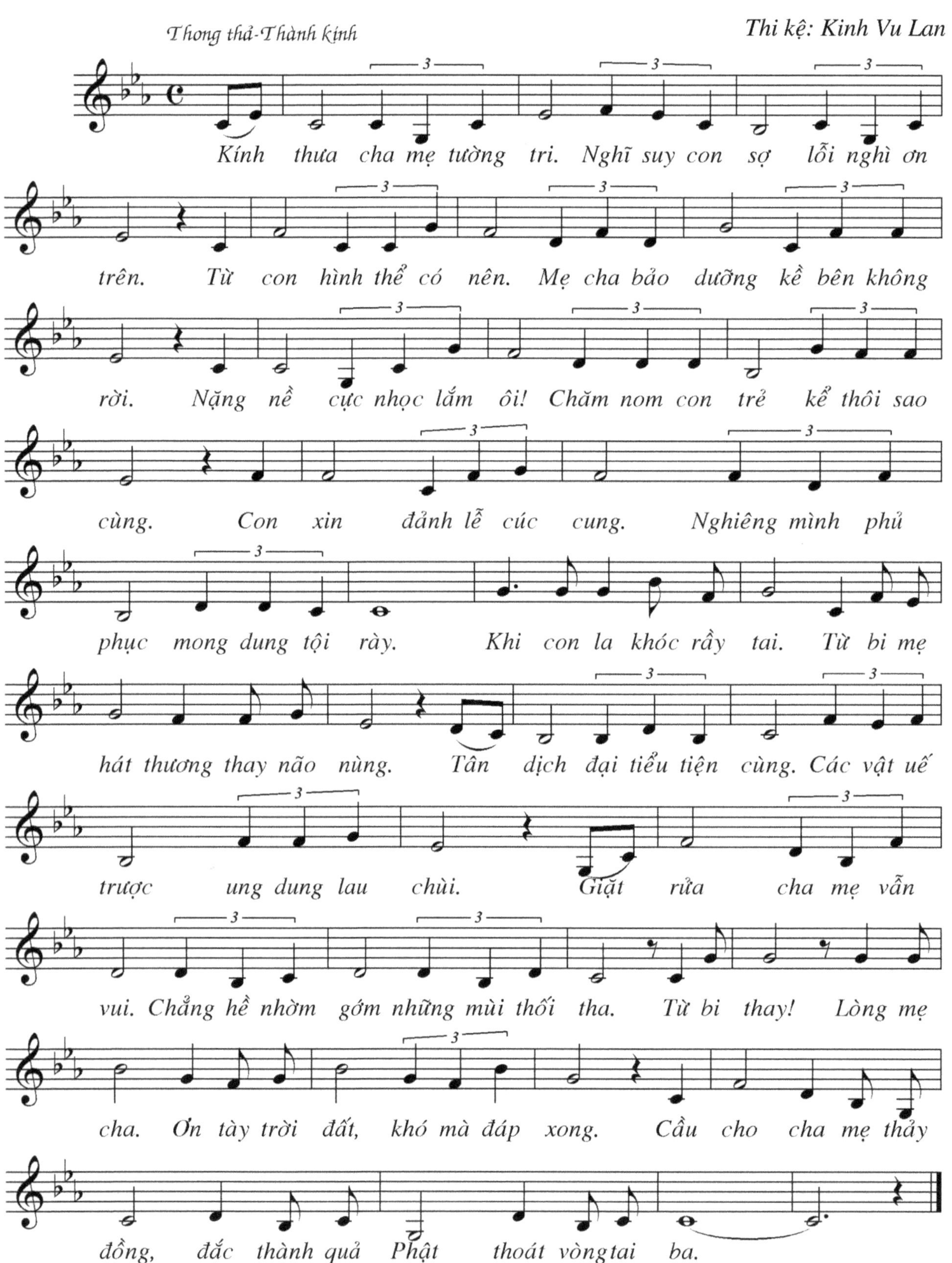

Thong thả-Thành kính
Thi kệ: Kinh Vu Lan
Kính thưa cha mẹ tường tri. Nghĩ suy con sợ lỗi nghì ơn
trên. Từ con hình thể có nên. Mẹ cha bảo dưỡng kề bên không
rời. Nặng nề cực nhọc lắm ôi! Chăm nom con trẻ kể thôi sao
cùng. Con xin đảnh lễ cúc cung. Nghiêng mình phủ
phục mong dung tội rày. Khi con la khóc rầy tai. Từ bi mẹ
hát thương thay não nùng. Tân dịch đại tiểu tiện cùng. Các vật uế
trược ung dung lau chùi. Giặt rửa cha mẹ vẫn
vui. Chẳng hề nhờm gớm những mùi thối tha. Từ bi thay! Lòng mẹ
cha. Ơn tày trời đất, khó mà đáp xong. Cầu cho cha mẹ thảy
đồng, đắc thành quả Phật thoát vòng tai ba.

LỤC HÒA

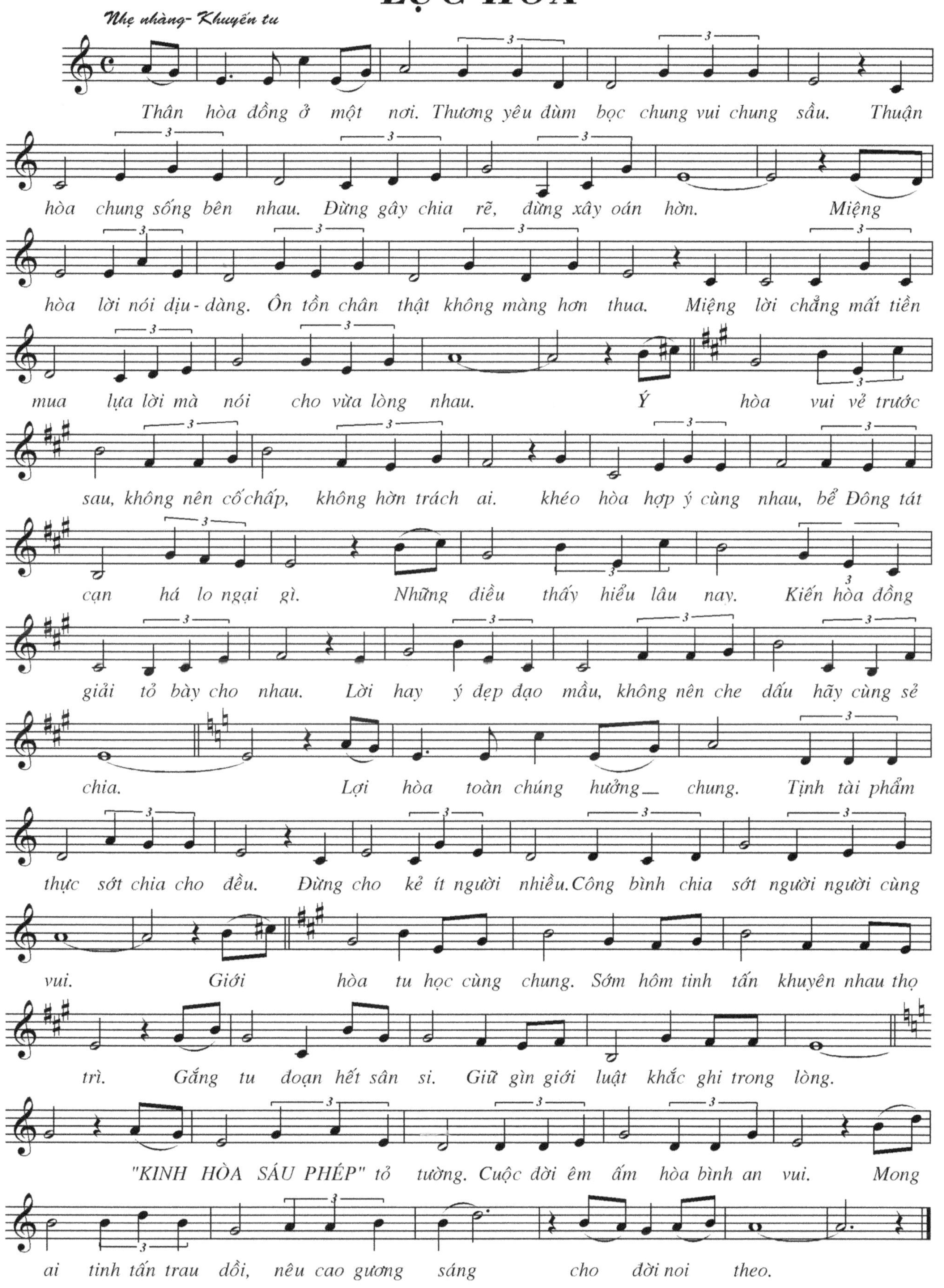

Nhẹ nhàng- Khuyến tu
Thân hòa đồng ở một nơi. Thương yêu đùm bọc chung vui chung sầu. Thuận
hòa chung sống bên nhau. Đừng gây chia rẽ, đừng xây oán hờn. Miệng
hòa lời nói dịu - dàng. Ôn tồn chân thật không màng hơn thua. Miệng lời chẳng mất tiền
mua lựa lời mà nói cho vừa lòng nhau. Ý hòa vui vẻ trước
sau, không nên cố chấp, không hờn trách ai. khéo hòa hợp ý cùng nhau, bể Đông tát
cạn há lo ngại gì. Những điều thấy hiểu lâu nay. Kiến hòa đồng
giải tỏ bày cho nhau. Lời hay ý đẹp đạo mầu, không nên che dấu hãy cùng sẻ
chia. Lợi hòa toàn chúng hưởng chung. Tịnh tài phẩm
thực sớt chia cho đều. Đừng cho kẻ ít người nhiều. Công bình chia sớt người người cùng
vui. Giới hòa tu học cùng chung. Sớm hôm tinh tấn khuyên nhau thọ
trì. Gắng tu đoạn hết sân si. Giữ gìn giới luật khắc ghi trong lòng.
"KINH HÒA SÁU PHÉP" tỏ tường. Cuộc đời êm ấm hòa bình an vui. Mong
ai tinh tấn trau dồi, nêu cao gương sáng cho đời noi theo.

Mộng

Thi kệ: Thiền Sư Thích Thanh Từ

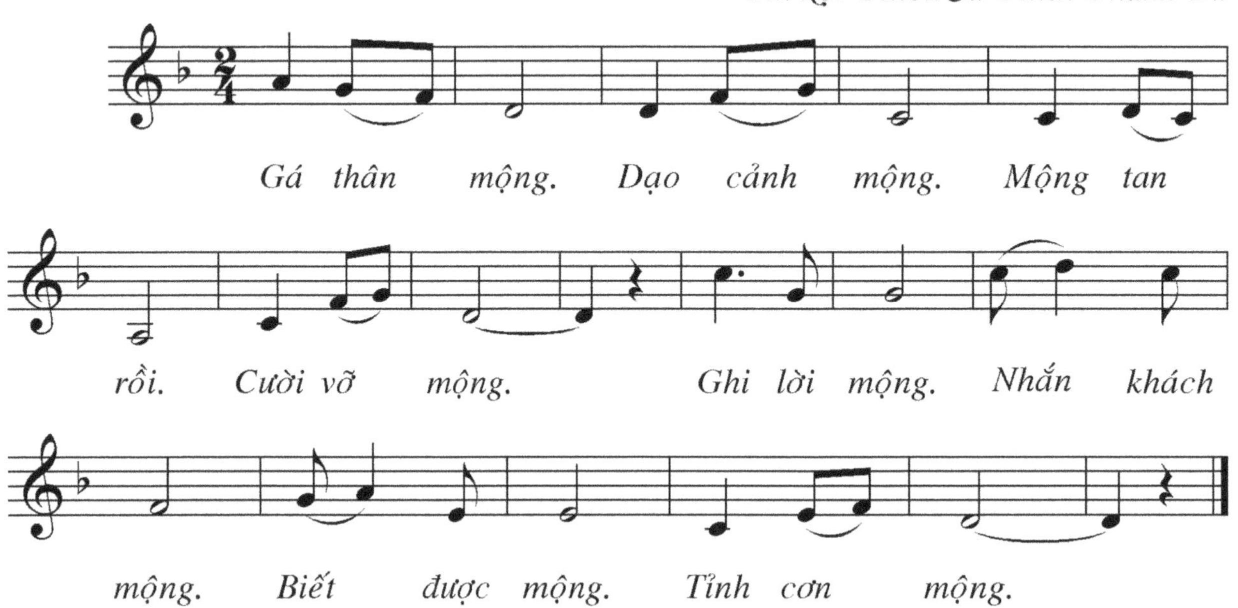

Gá thân mộng. Dạo cảnh mộng. Mộng tan
rồi. Cười vỡ mộng. Ghi lời mộng. Nhắn khách
mộng. Biết được mộng. Tỉnh cơn mộng.

DREAM

Harboring in this dream-like body.
Wandering in this dream-like world.
Once the dream has ended,
Laughing over the dream.
Writing a few dream words.
Reminding the dream wanderers.
Knowing the dream,
 Awakening from the dream.

(TV Truc Lam Da Lat 16 Dec 2011)

Ngay trong ngày hôm nay

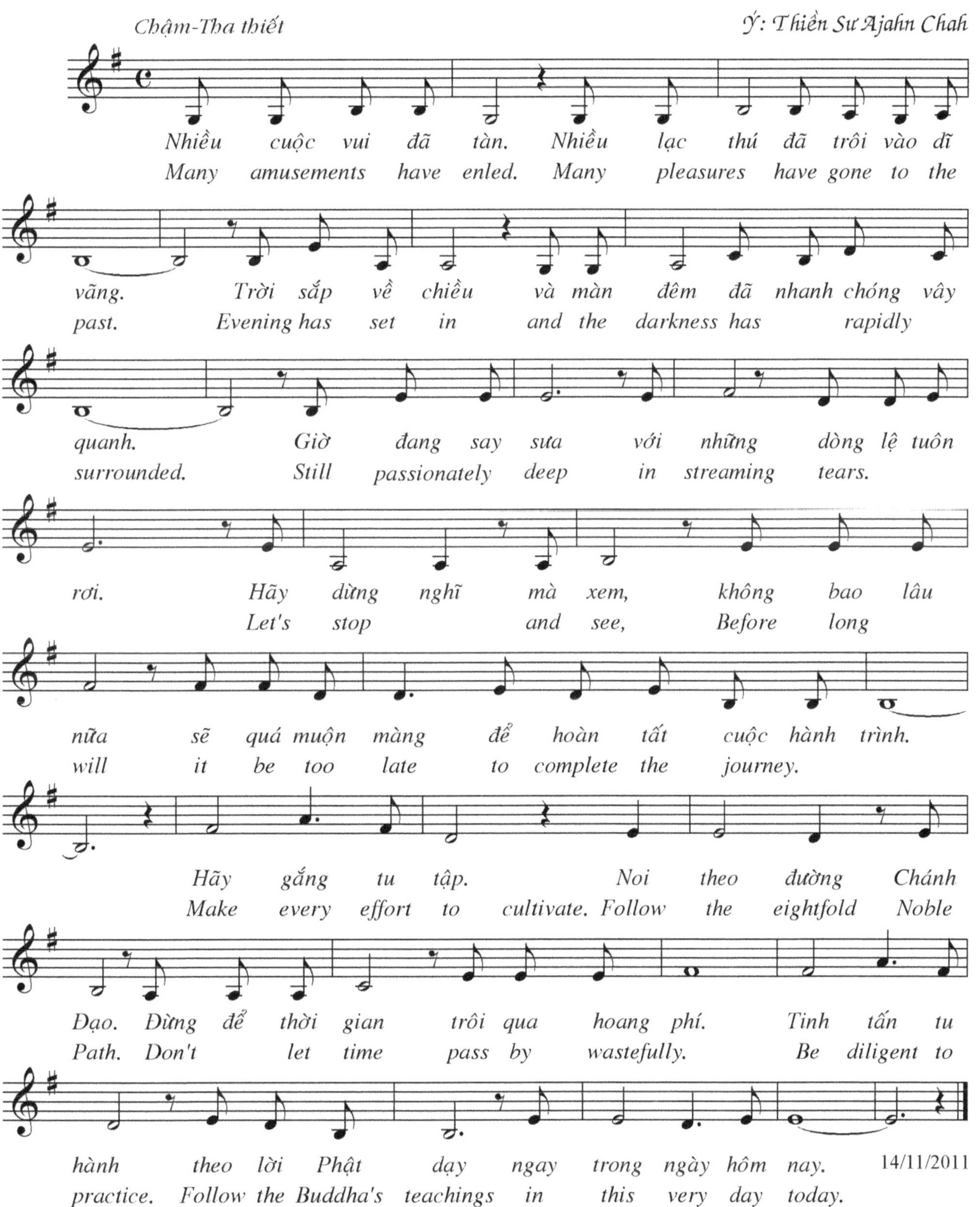

Chậm-Tha thiết
Ý: Thiền Sư Ajahn Chah
Nhiều cuộc vui đã tàn. Nhiều lạc thú đã trôi vào dĩ
Many amusements have enled. Many pleasures have gone to the
vãng. Trời sắp về chiều và màn đêm đã nhanh chóng vây
past. Evening has set in and the darkness has rapidly
quanh. Giờ đang say sưa với những dòng lệ tuôn
surrounded. Still passionately deep in streaming tears.
rơi. Hãy dừng nghĩ mà xem, không bao lâu
Let's stop and see, Before long
nữa sẽ quá muộn màng để hoàn tất cuộc hành trình.
will it be too late to complete the journey.
Hãy gắng tu tập. Noi theo đường Chánh
Make every effort to cultivate. Follow the eightfold Noble
Đạo. Đừng để thời gian trôi qua hoang phí. Tinh tấn tu
Path. Don't let time pass by wastefully. Be diligent to
hành theo lời Phật dạy ngay trong ngày hôm nay.
practice. Follow the Buddha's teachings in this very day today.
14/11/2011

MỘT MAI TÔI CHẾT

Thanh thoát, nhẹ nhàng

Thi kệ: Thích Nhật Từ

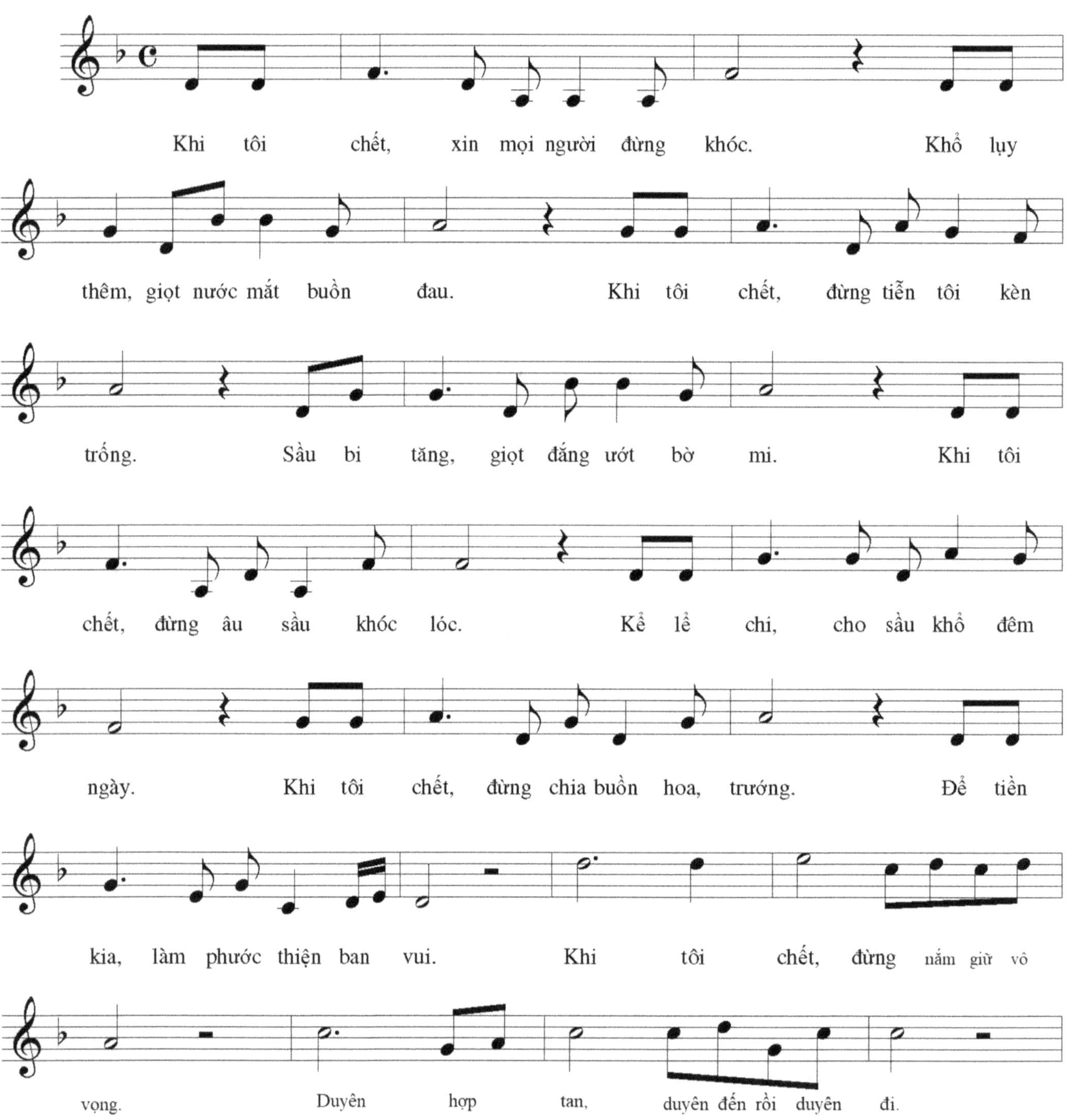

Khi tôi chết, xin mọi người đừng khóc. Khổ lụy
thêm, giọt nước mắt buồn đau. Khi tôi chết, đừng tiễn tôi kèn
trống. Sầu bi tăng, giọt đắng ướt bờ mi. Khi tôi
chết, đừng âu sầu khóc lóc. Kể lể chi, cho sầu khổ đêm
ngày. Khi tôi chết, đừng chia buồn hoa, trướng. Để tiền
kia, làm phước thiện ban vui. Khi tôi chết, đừng nắm giữ vô
vọng. Duyên hợp tan, duyên đến rồi duyên đi.

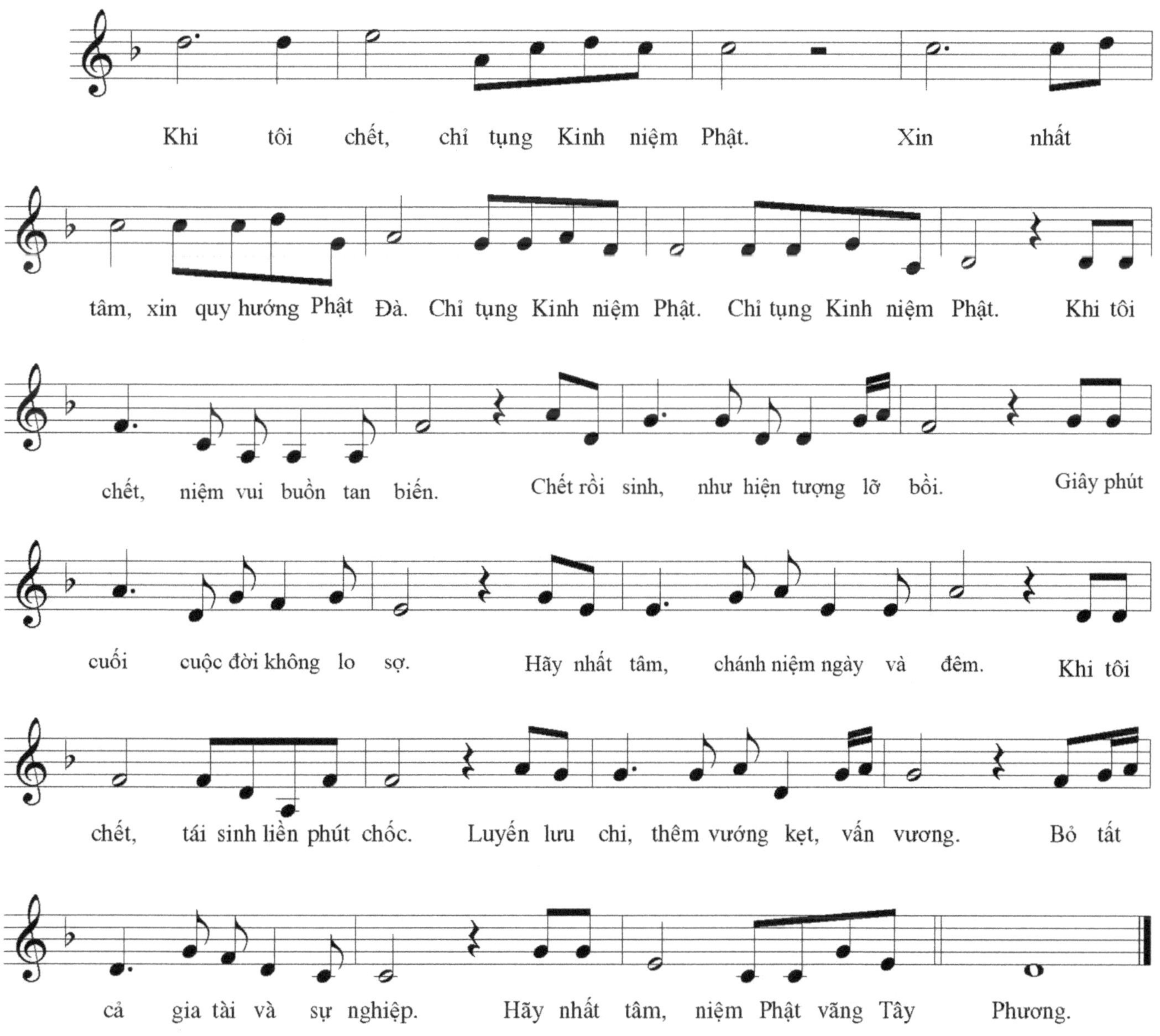

Khi tôi chết, chỉ tụng Kinh niệm Phật. Xin nhất
tâm, xin quy hướng Phật Đà. Chỉ tụng Kinh niệm Phật. Chỉ tụng Kinh niệm Phật. Khi tôi
chết, niệm vui buồn tan biến. Chết rồi sinh, như hiện tượng lỡ bồi. Giây phút
cuối cuộc đời không lo sợ. Hãy nhất tâm, chánh niệm ngày và đêm. Khi tôi
chết, tái sinh liền phút chốc. Luyến lưu chi, thêm vướng kẹt, vấn vương. Bỏ tất
cả gia tài và sự nghiệp. Hãy nhất tâm, niệm Phật văng Tây Phương.

Mừng Xuân

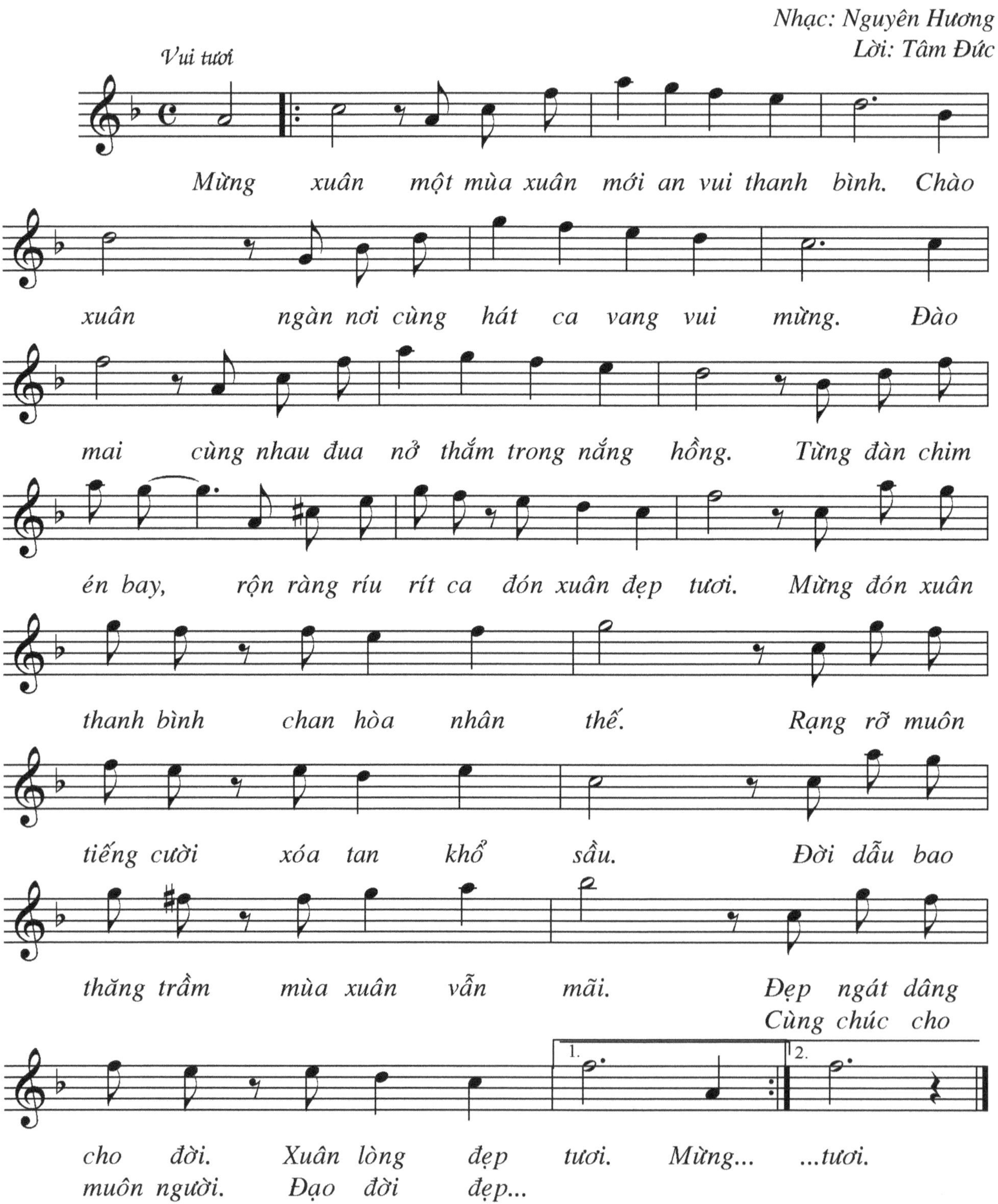

Nhạc: Nguyên Hương
Lời: Tâm Đức
Vui tươi
Mừng xuân một mùa xuân mới an vui thanh bình. Chào
xuân ngàn nơi cùng hát ca vang vui mừng. Đào
mai cùng nhau đua nở thắm trong nắng hồng. Từng đàn chim
én bay, rộn ràng ríu rít ca đón xuân đẹp tươi. Mừng đón xuân
thanh bình chan hòa nhân thế. Rạng rỡ muôn
tiếng cười xóa tan khổ sầu. Đời dẫu bao
thăng trầm mùa xuân vẫn mãi. Đẹp ngát dâng
Cùng chúc cho
1.
2.
cho đời. Xuân lòng đẹp tươi. Mừng... ...tươi.
muôn người. Đạo đời đẹp...

Mừng Xuân Mới

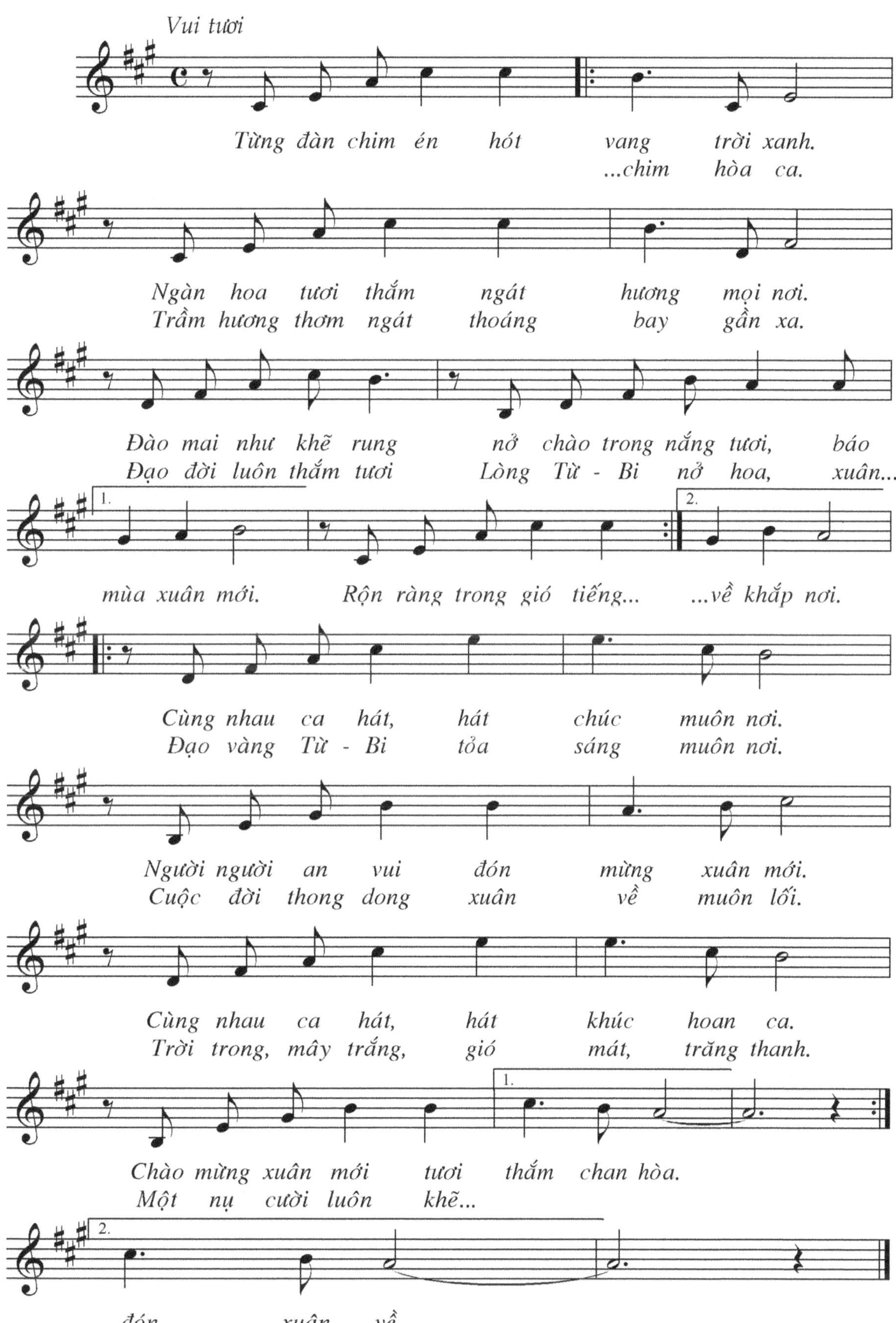

Vui tươi
Từng đàn chim én hót vang trời xanh.
...chim hòa ca.
Ngàn hoa tươi thắm ngát hương mọi nơi.
Trầm hương thơm ngát thoáng bay gần xa.
Đào mai như khẽ rung nở chào trong nắng tươi, báo
Đạo đời luôn thắm tươi Lòng Từ - Bi nở hoa, xuân...
mùa xuân mới. Rộn ràng trong gió tiếng... ...về khắp nơi.
Cùng nhau ca hát, hát chúc muôn nơi.
Đạo vàng Từ - Bi tỏa sáng muôn nơi.
Người người an vui đón mừng xuân mới.
Cuộc đời thong dong xuân về muôn lối.
Cùng nhau ca hát, hát khúc hoan ca.
Trời trong, mây trắng, gió mát, trăng thanh.
Chào mừng xuân mới tươi thắm chan hòa.
Một nụ cười luôn khẽ...
...đón xuân về.

MUÔN TRÙNG KHÔNG PHAI

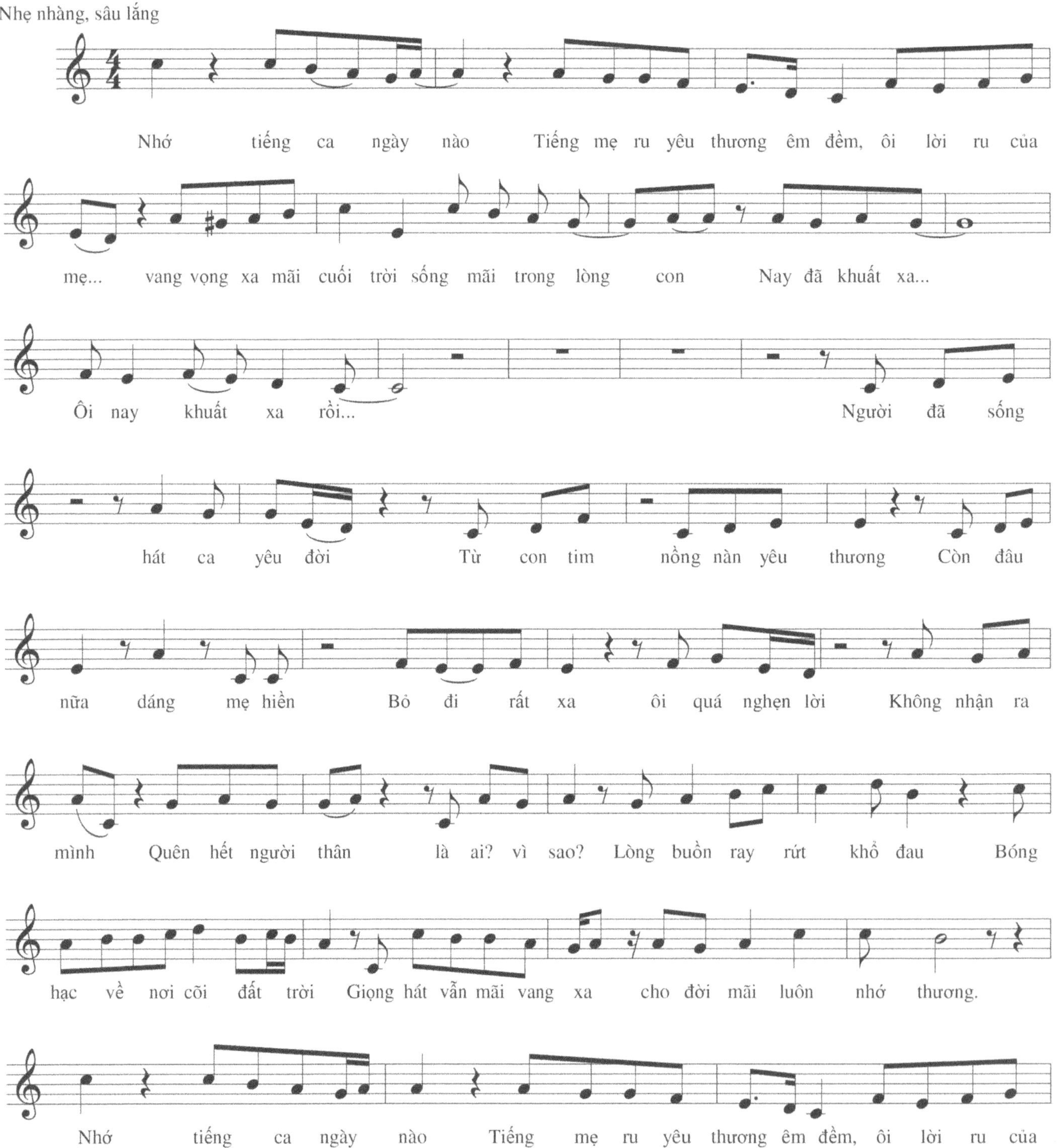

Nhẹ nhàng, sâu lắng
Nhớ tiếng ca ngày nào Tiếng mẹ ru yêu thương êm đềm, ôi lời ru của
mẹ... vang vọng xa mãi cuối trời sống mãi trong lòng con Nay đã khuất xa...
Ôi nay khuất xa rồi... Người đã sống
hát ca yêu đời Từ con tim nồng nàn yêu thương Còn đâu
nữa dáng mẹ hiền Bỏ đi rất xa ôi quá nghẹn lời Không nhận ra
mình Quên hết người thân là ai? vì sao? Lòng buồn ray rứt khổ đau Bóng
hạc về nơi cõi đất trời Giọng hát vẫn mãi vang xa cho đời mãi luôn nhớ thương.
Nhớ tiếng ca ngày nào Tiếng mẹ ru yêu thương êm đềm, ôi lời ru của

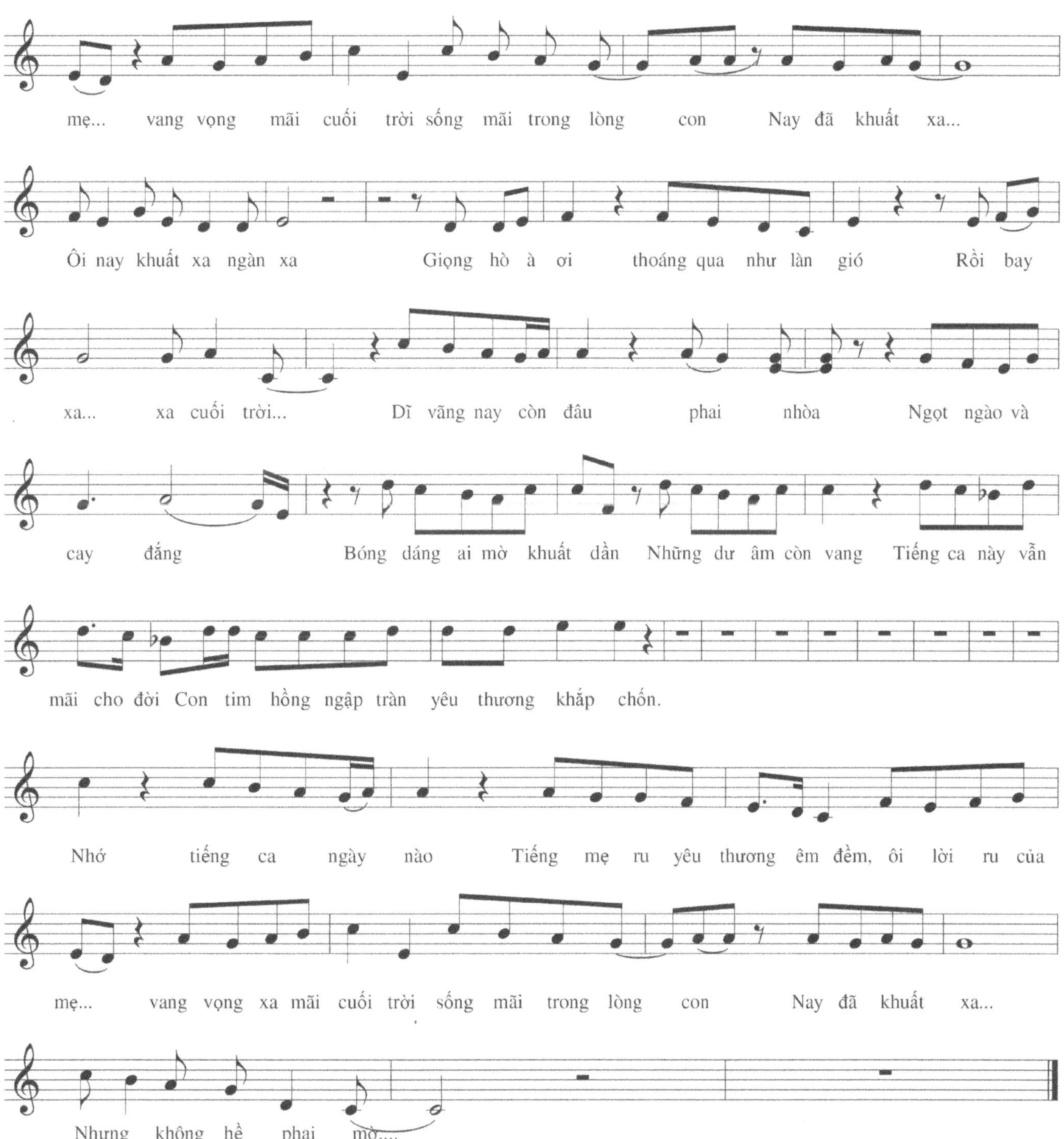

mẹ... vang vọng mãi cuối trời sống mãi trong lòng con Nay đã khuất xa...
Ôi nay khuất xa ngàn xa Giọng hò à ơi thoáng qua như làn gió Rồi bay
xa... xa cuối trời... Dĩ vãng nay còn đâu phai nhòa Ngọt ngào và
cay đắng Bóng dáng ai mờ khuất dần Những dư âm còn vang Tiếng ca này vẫn
mãi cho đời Con tim hồng ngập tràn yêu thương khắp chốn.
Nhớ tiếng ca ngày nào Tiếng mẹ ru yêu thương êm đềm, ôi lời ru của
mẹ... vang vọng xa mãi cuối trời sống mãi trong lòng con Nay đã khuất xa...
Nhưng không hề phai mờ....

Năm Điều Quán Tưởng

Boston- Nhẹ nhàng-Thanh thoát
Thi kệ: Kinh Upajjhatthana

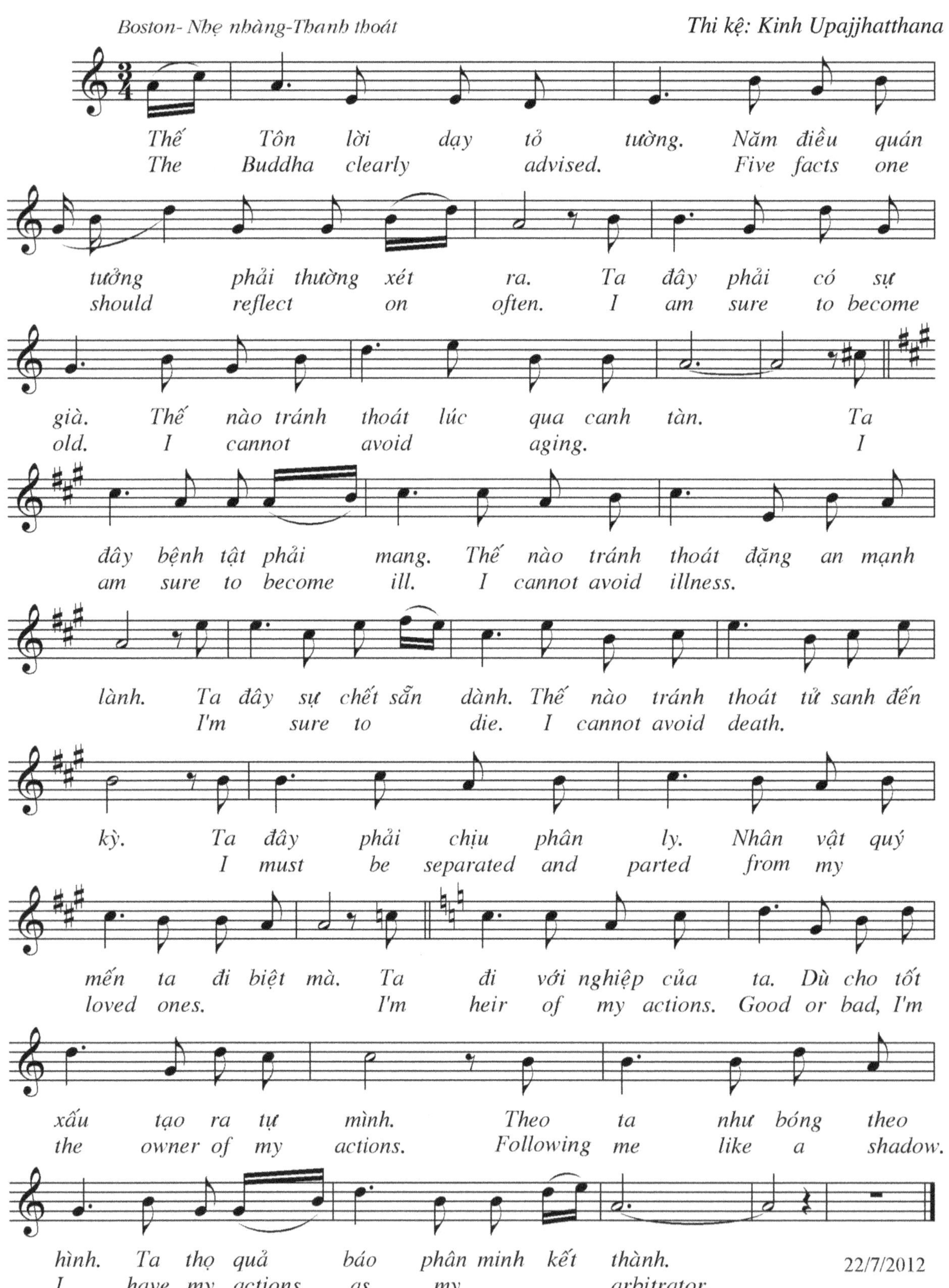

Thế Tôn lời dạy tỏ tường. Năm điều quán
The Buddha clearly advised. Five facts one

tưởng phải thường xét ra. Ta đây phải có sự
should reflect on often. I am sure to become

già. Thế nào tránh thoát lúc qua canh tàn. Ta
old. I cannot avoid aging. I

đây bệnh tật phải mang. Thế nào tránh thoát đặng an mạnh
am sure to become ill. I cannot avoid illness.

lành. Ta đây sự chết sẵn dành. Thế nào tránh thoát tử sanh đến
I'm sure to die. I cannot avoid death.

kỳ. Ta đây phải chịu phân ly. Nhân vật quý
I must be separated and parted from my

mến ta đi biệt mà. Ta đi với nghiệp của ta. Dù cho tốt
loved ones. I'm heir of my actions. Good or bad, I'm

xấu tạo ra tự mình. Theo ta như bóng theo
the owner of my actions. Following me like a shadow.

hình. Ta thọ quả báo phân minh kết thành.
I have my actions as my arbitrator.

22/7/2012

38

NGÀY NAY ĐÃ QUA

Thành kính

Thi kệ: Kinh Pháp cú Hán tạng

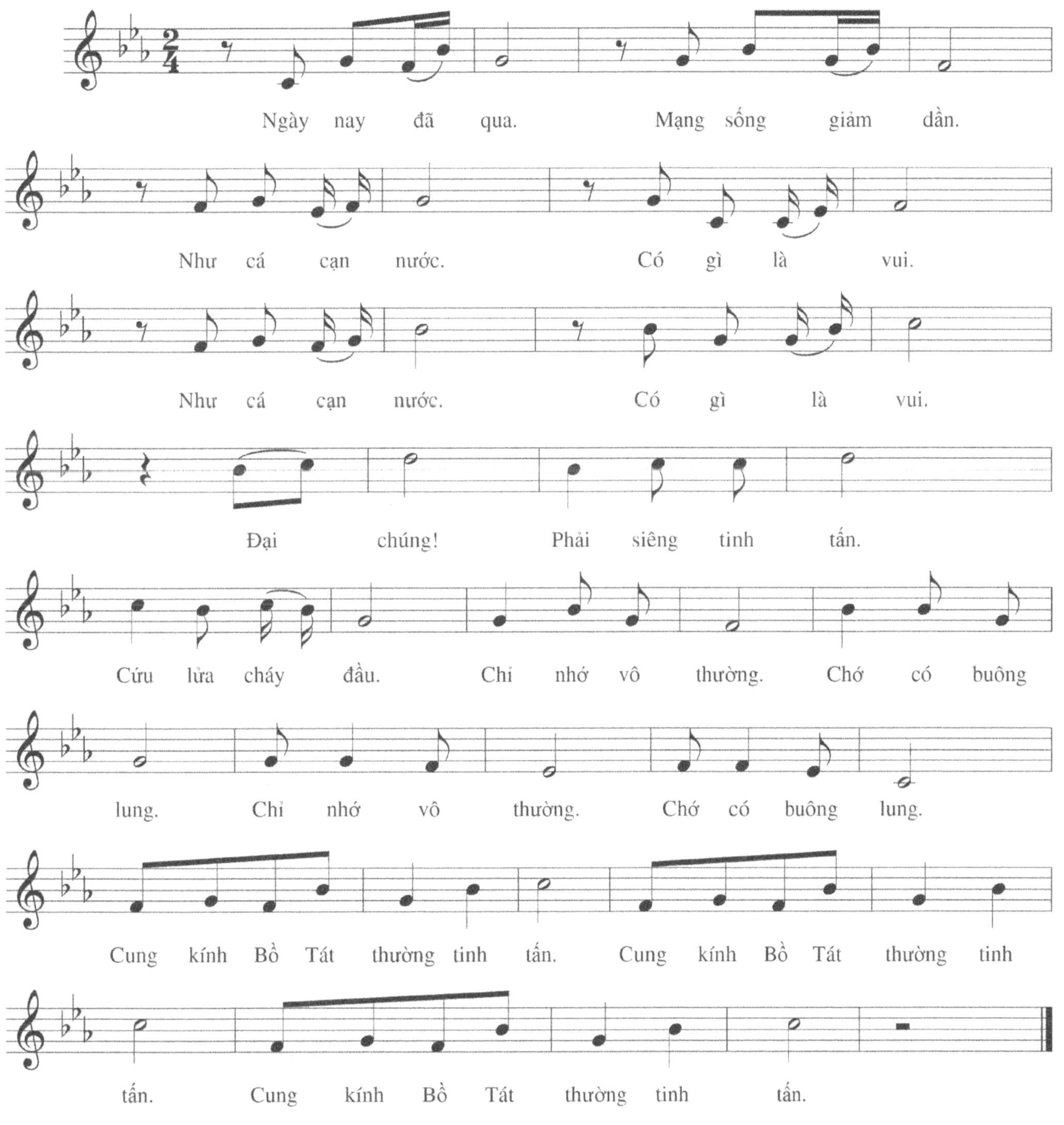

Ngày nay đã qua. Mạng sống giảm dần.
Như cá cạn nước. Có gì là vui.
Như cá cạn nước. Có gì là vui.
Đại chúng! Phải siêng tinh tấn.
Cứu lửa cháy đầu. Chỉ nhớ vô thường. Chớ có buông
lung. Chỉ nhớ vô thường. Chớ có buông lung.
Cung kính Bồ Tát thường tinh tấn. Cung kính Bồ Tát thường tinh
tấn. Cung kính Bồ Tát thường tinh tấn.

Ngợi Ca Đạo Vàng

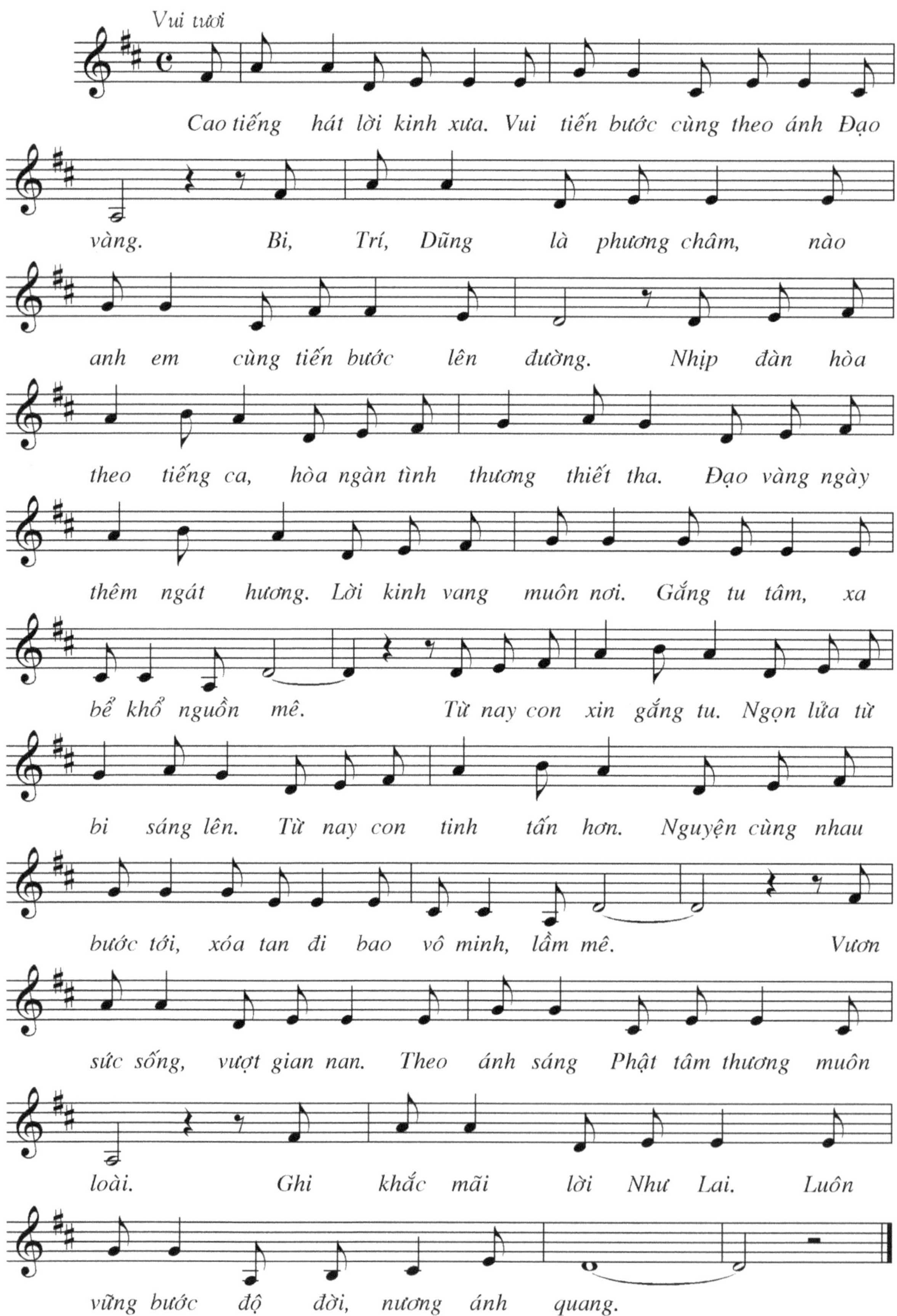
Vui tươi
Cao tiếng hát lời kinh xưa. Vui tiến bước cùng theo ánh Đạo
vàng. Bi, Trí, Dũng là phương châm, nào
anh em cùng tiến bước lên đường. Nhịp đàn hòa
theo tiếng ca, hòa ngàn tình thương thiết tha. Đạo vàng ngày
thêm ngát hương. Lời kinh vang muôn nơi. Gắng tu tâm, xa
bể khổ nguồn mê. Từ nay con xin gắng tu. Ngọn lửa từ
bi sáng lên. Từ nay con tinh tấn hơn. Nguyện cùng nhau
bước tới, xóa tan đi bao vô minh, lầm mê. Vươn
sức sống, vượt gian nan. Theo ánh sáng Phật tâm thương muôn
loài. Ghi khắc mãi lời Như Lai. Luôn
vững bước độ đời, nương ánh quang.

Người lữ khách

Nhẹ nhàng-Khuyến tu
Thi kệ: Kinh Pháp cú

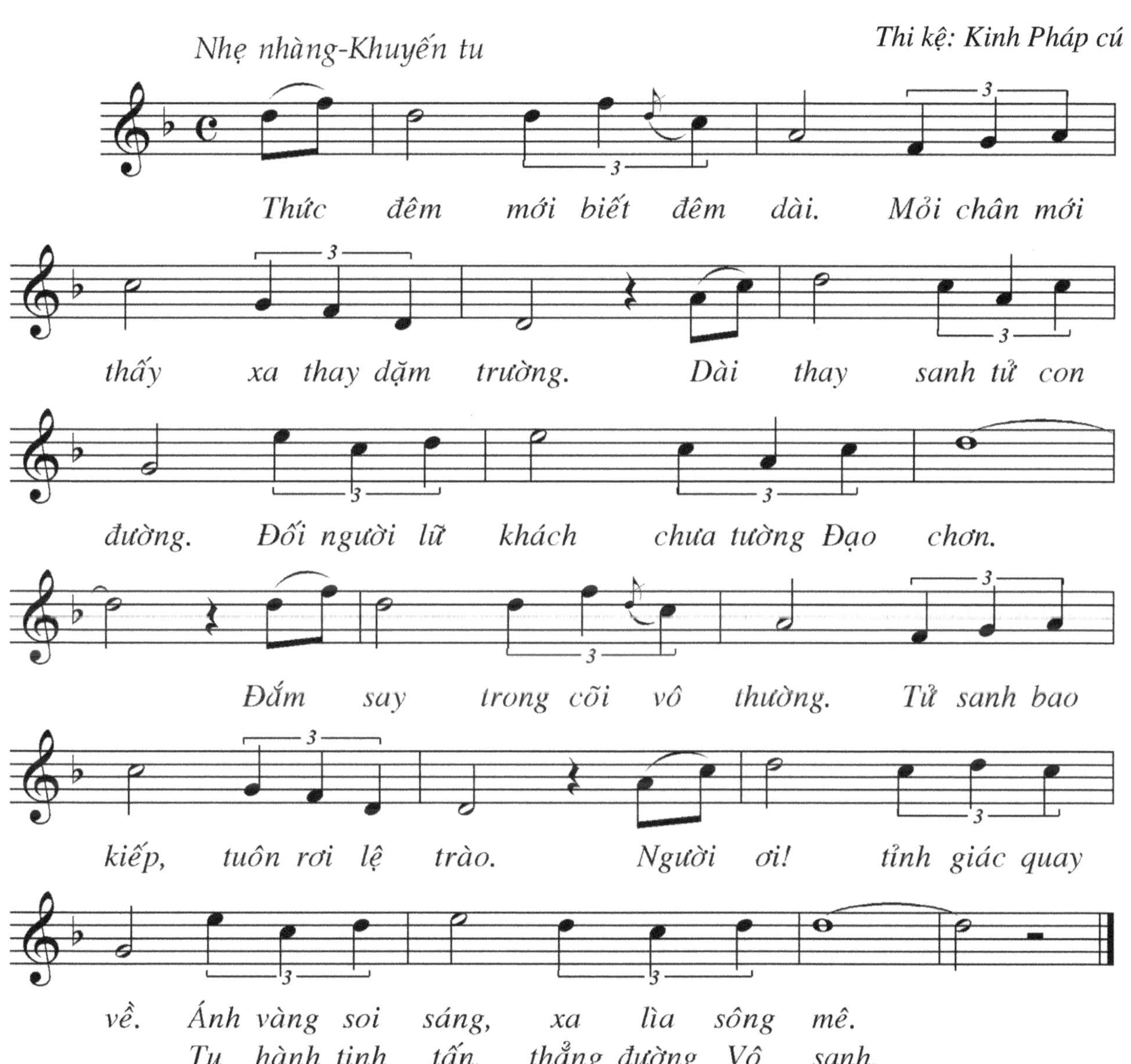

Thức đêm mới biết đêm dài. Mỏi chân mới
thấy xa thay dặm trường. Dài thay sanh tử con
đường. Đối người lữ khách chưa tường Đạo chơn.
Đắm say trong cõi vô thường. Tử sanh bao
kiếp, tuôn rơi lệ trào. Người ơi! tỉnh giác quay
về. Ánh vàng soi sáng, xa lìa sông mê.
Tu hành tinh tấn, thẳng đường Vô sanh.

NIỆM PHẬT KHÉP LẠI SẦU BI

Nhẹ nhàng, thanh thản

Thi kệ: Thích Nhật Từ

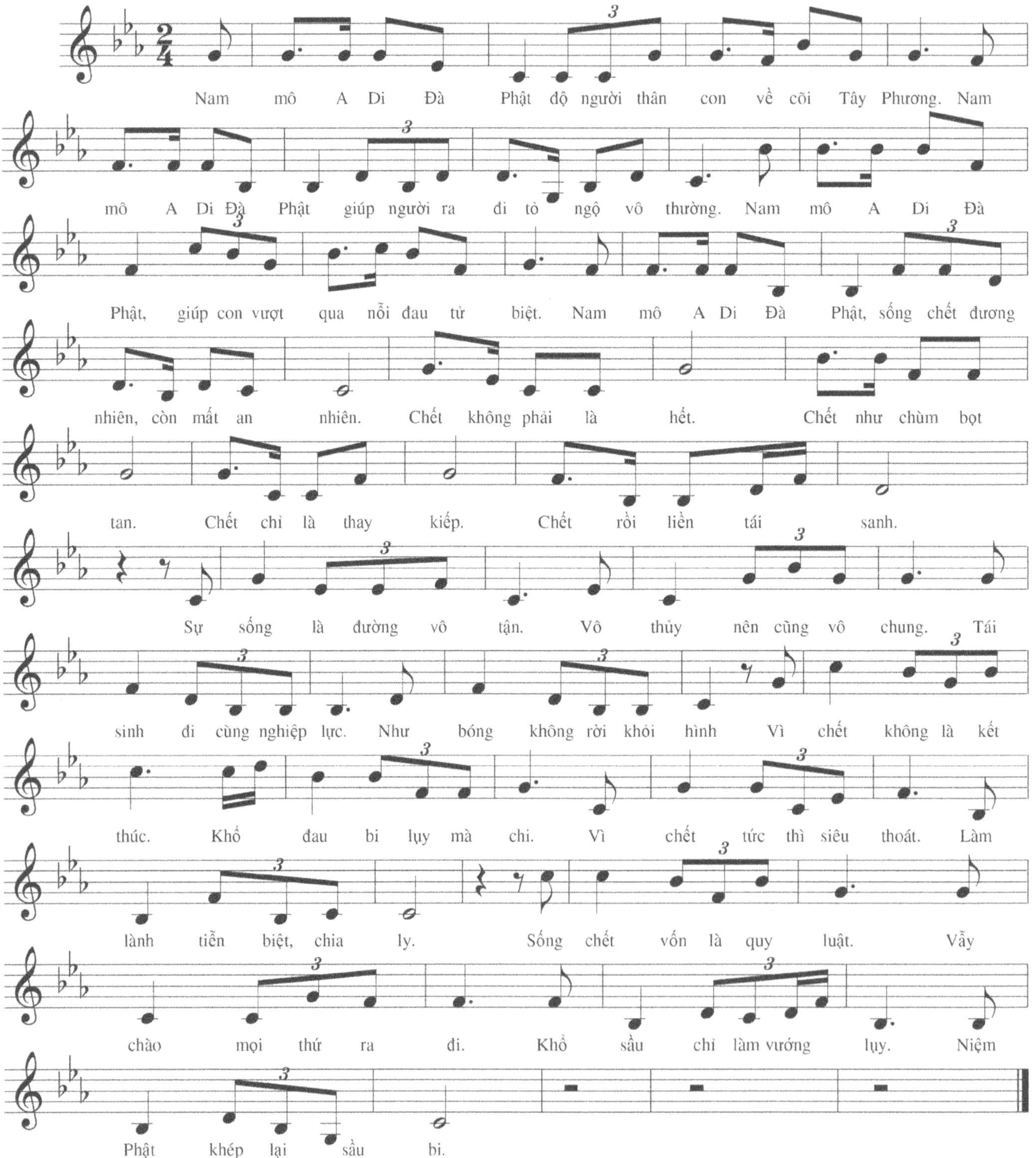

Nam mô A Di Đà Phật độ người thân con về cõi Tây Phương. Nam
mô A Di Đà Phật giúp người ra đi tỏ ngộ vô thường. Nam mô A Di Đà
Phật, giúp con vượt qua nỗi đau từ biệt. Nam mô A Di Đà Phật, sống chết đương
nhiên, còn mất an nhiên. Chết không phải là hết. Chết như chùm bọt
tan. Chết chỉ là thay kiếp. Chết rồi liền tái sanh.
Sự sống là đường vô tận. Vô thủy nên cũng vô chung. Tái
sinh đi cùng nghiệp lực. Như bóng không rời khỏi hình Vì chết không là kết
thúc. Khổ đau bi lụy mà chi. Vì chết tức thì siêu thoát. Làm
lành tiễn biệt, chia ly. Sống chết vốn là quy luật. Vẫy
chào mọi thứ ra đi. Khổ sầu chỉ làm vướng lụy. Niệm
Phật khép lại sầu bi.

PHỤC NGUYỆN

Thành kính, trang nghiêm

Thi kệ Nhật tụng

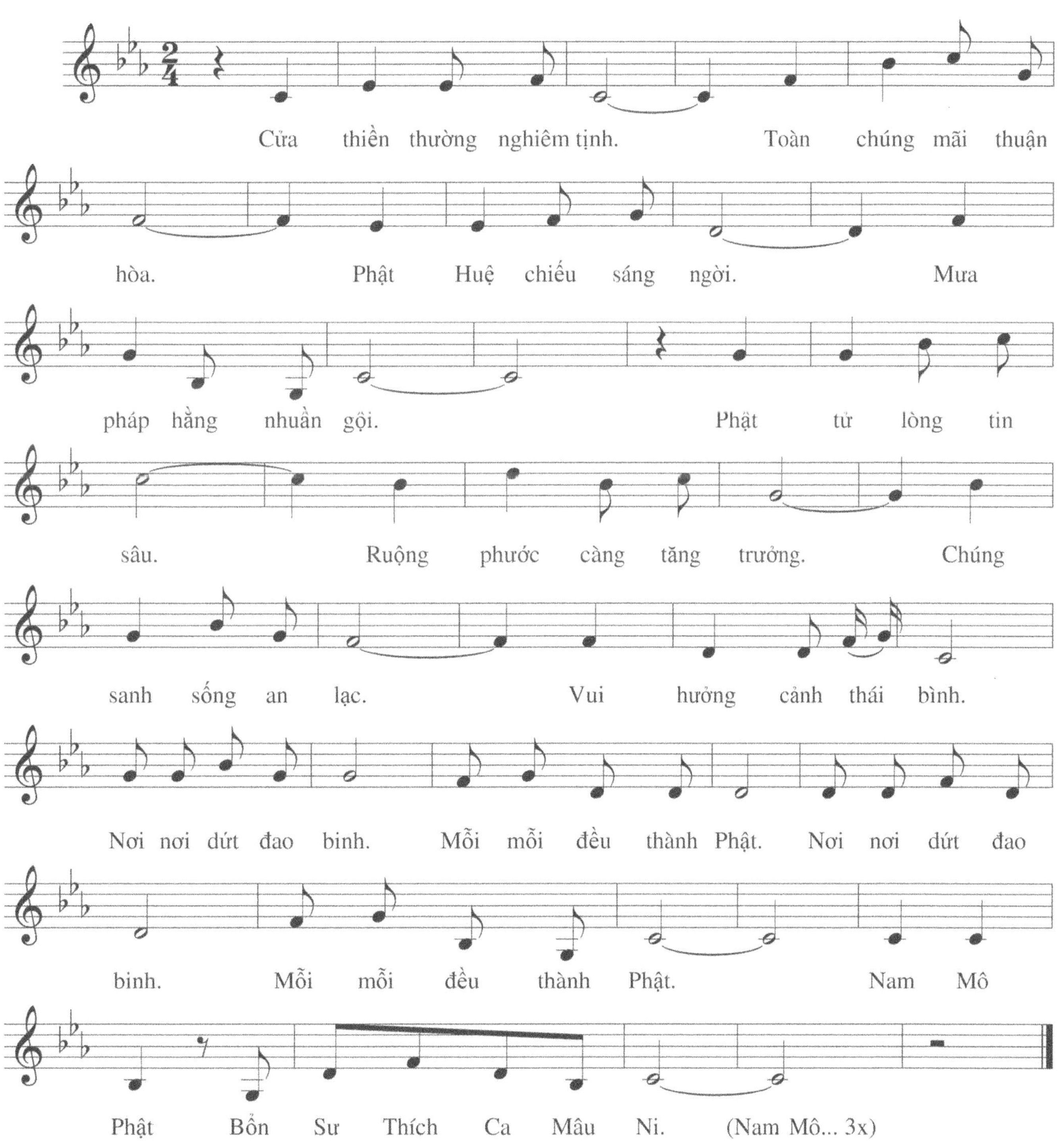

Cửa thiền thường nghiêm tịnh. Toàn chúng mãi thuận hòa. Phật Huệ chiếu sáng ngời. Mưa pháp hằng nhuần gội. Phật tử lòng tin sâu. Ruộng phước càng tăng trưởng. Chúng sanh sống an lạc. Vui hưởng cảnh thái bình. Nơi nơi dứt đao binh. Mỗi mỗi đều thành Phật. Nơi nơi dứt đao binh. Mỗi mỗi đều thành Phật. Nam Mô Phật Bổn Sư Thích Ca Mâu Ni. (Nam Mô... 3x)

Rồi cũng thế thôi một cuộc đời

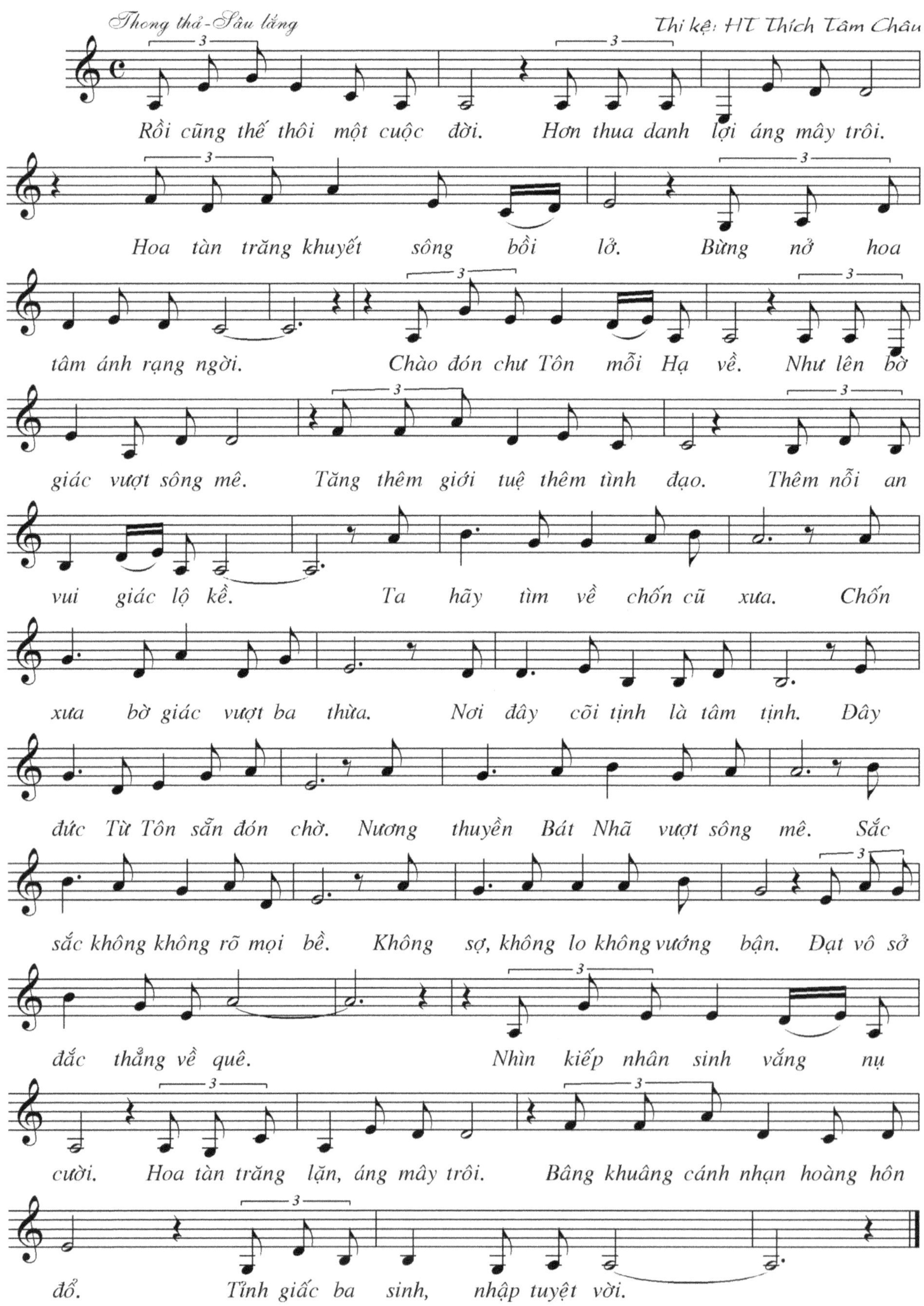

Thong thả - Sầu lắng
Thi kệ: HT Thích Tâm Châu
Rồi cũng thế thôi một cuộc đời. Hơn thua danh lợi áng mây trôi.
Hoa tàn trăng khuyết sông bồi lở. Bừng nở hoa
tâm ánh rạng ngời. Chào đón chư Tôn mỗi Hạ về. Như lên bờ
giác vượt sông mê. Tăng thêm giới tuệ thêm tình đạo. Thêm nỗi an
vui giác lộ kề. Ta hãy tìm về chốn cũ xưa. Chốn
xưa bờ giác vượt ba thừa. Nơi đây cõi tịnh là tâm tịnh. Đây
đức Từ Tôn sẵn đón chờ. Nương thuyền Bát Nhã vượt sông mê. Sắc
sắc không không rõ mọi bề. Không sợ, không lo không vướng bận. Đạt vô sở
đắc thẳng về quê. Nhìn kiếp nhân sinh vắng nụ
cười. Hoa tàn trăng lặn, áng mây trôi. Bâng khuâng cánh nhạn hoàng hôn
đổ. Tỉnh giấc ba sinh, nhập tuyệt vời.

Sơ Tổ Trúc Lâm

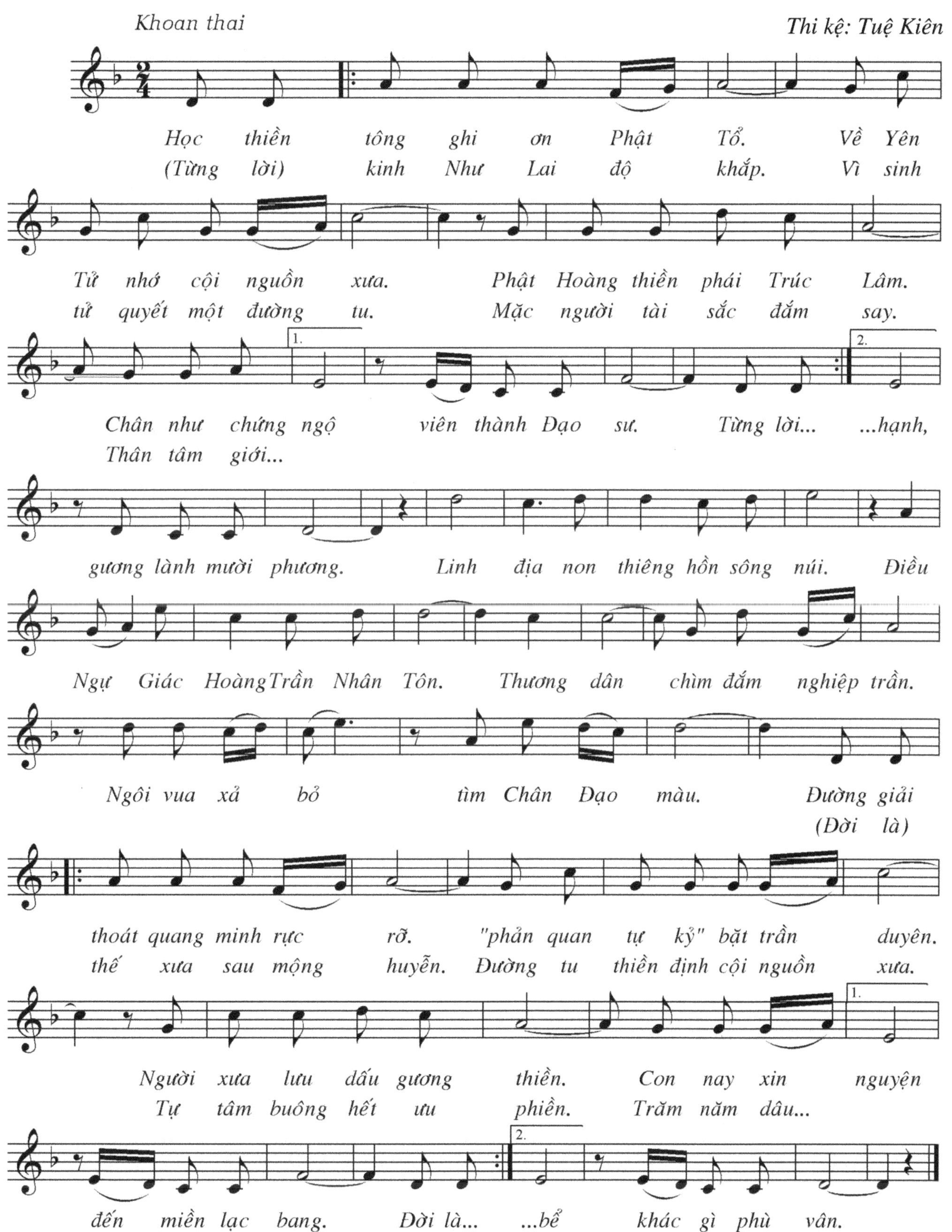

Khoan thai
Thi kệ: Tuệ Kiên
Học thiền tông ghi ơn Phật Tổ. Về Yên
(Từng lời) kinh Như Lai độ khắp. Vì sinh
Tử nhớ cội nguồn xưa. Phật Hoàng thiền phái Trúc Lâm.
tử quyết một đường tu. Mặc người tài sắc đắm say.
Chân như chứng ngộ viên thành Đạo sư. Từng lời... ...hạnh,
Thân tâm giới...
gương lành mười phương. Linh địa non thiêng hồn sông núi. Điều
Ngự Giác Hoàng Trần Nhân Tôn. Thương dân chìm đắm nghiệp trần.
Ngôi vua xả bỏ tìm Chân Đạo màu. Đường giải
(Đời là)
thoát quang minh rực rỡ. "phản quan tự kỷ" bặt trần duyên.
thế xưa sau mộng huyễn. Đường tu thiền định cội nguồn xưa.
Người xưa lưu dấu gương thiền. Con nay xin nguyện
Tự tâm buông hết ưu phiền. Trăm năm dâu...
đến miền lạc bang. Đời là... ...bể khác gì phù vân.

Tam quy y

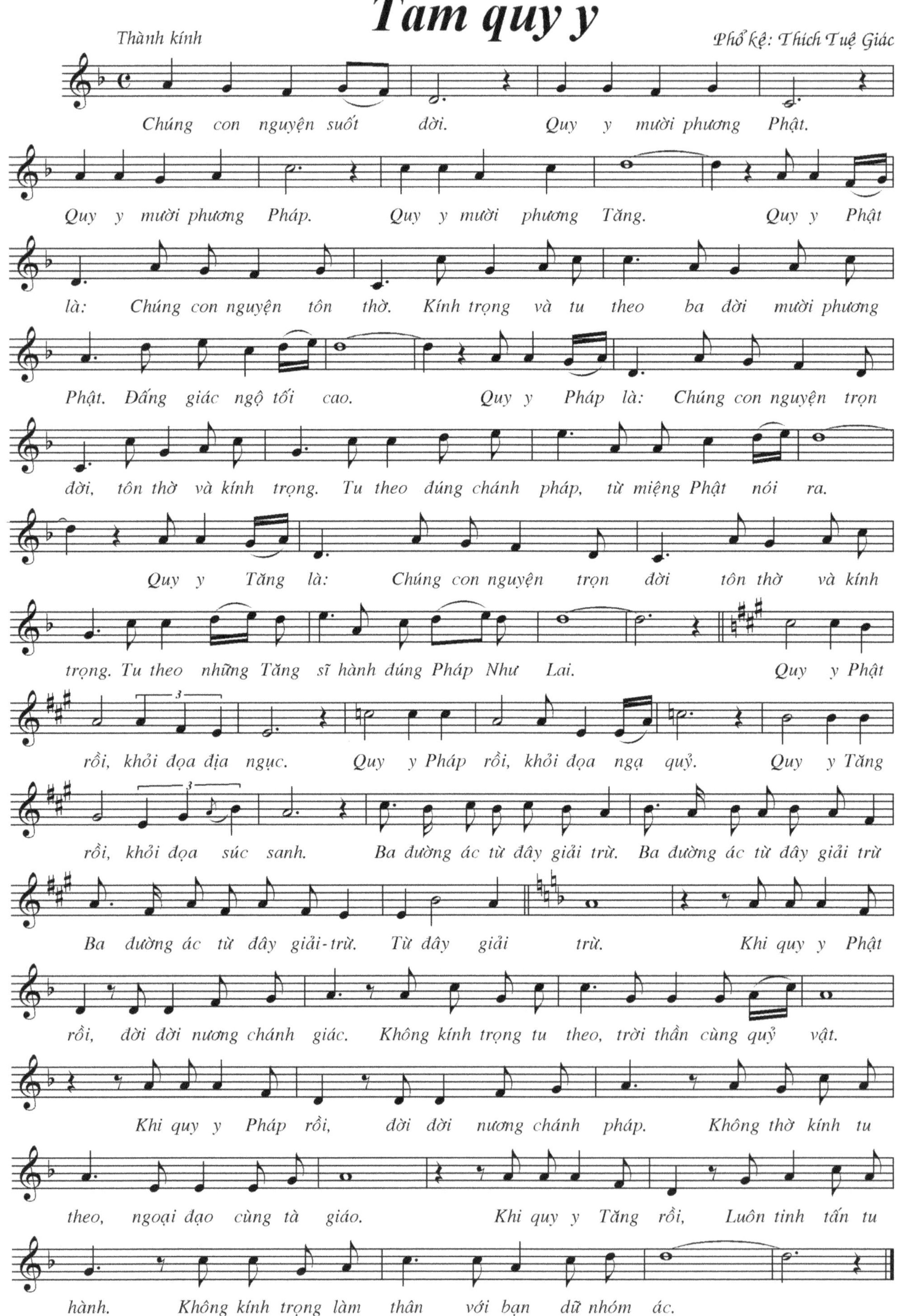

Thành kính
Phổ kệ: Thích Tuệ Giác
Chúng con nguyện suốt đời. Quy y mười phương Phật.
Quy y mười phương Pháp. Quy y mười phương Tăng. Quy y Phật
là: Chúng con nguyện tôn thờ. Kính trọng và tu theo ba đời mười phương
Phật. Đấng giác ngộ tối cao. Quy y Pháp là: Chúng con nguyện trọn
đời, tôn thờ và kính trọng. Tu theo đúng chánh pháp, từ miệng Phật nói ra.
Quy y Tăng là: Chúng con nguyện trọn đời tôn thờ và kính
trọng. Tu theo những Tăng sĩ hành đúng Pháp Như Lai. Quy y Phật
rồi, khỏi đọa địa ngục. Quy y Pháp rồi, khỏi đọa ngạ quỷ. Quy y Tăng
rồi, khỏi đọa súc sanh. Ba đường ác từ đây giải trừ. Ba đường ác từ đây giải trừ
Ba đường ác từ đây giải-trừ. Từ đây giải trừ. Khi quy y Phật
rồi, đời đời nương chánh giác. Không kính trọng tu theo, trời thần cùng quỷ vật.
Khi quy y Pháp rồi, đời đời nương chánh pháp. Không thờ kính tu
theo, ngoại đạo cùng tà giáo. Khi quy y Tăng rồi, Luôn tinh tấn tu
hành. Không kính trọng làm thân với bạn dữ nhóm ác.

TÂM
MIND

Thi kệ: Kinh Pháp cú
Verses: Dhammapada

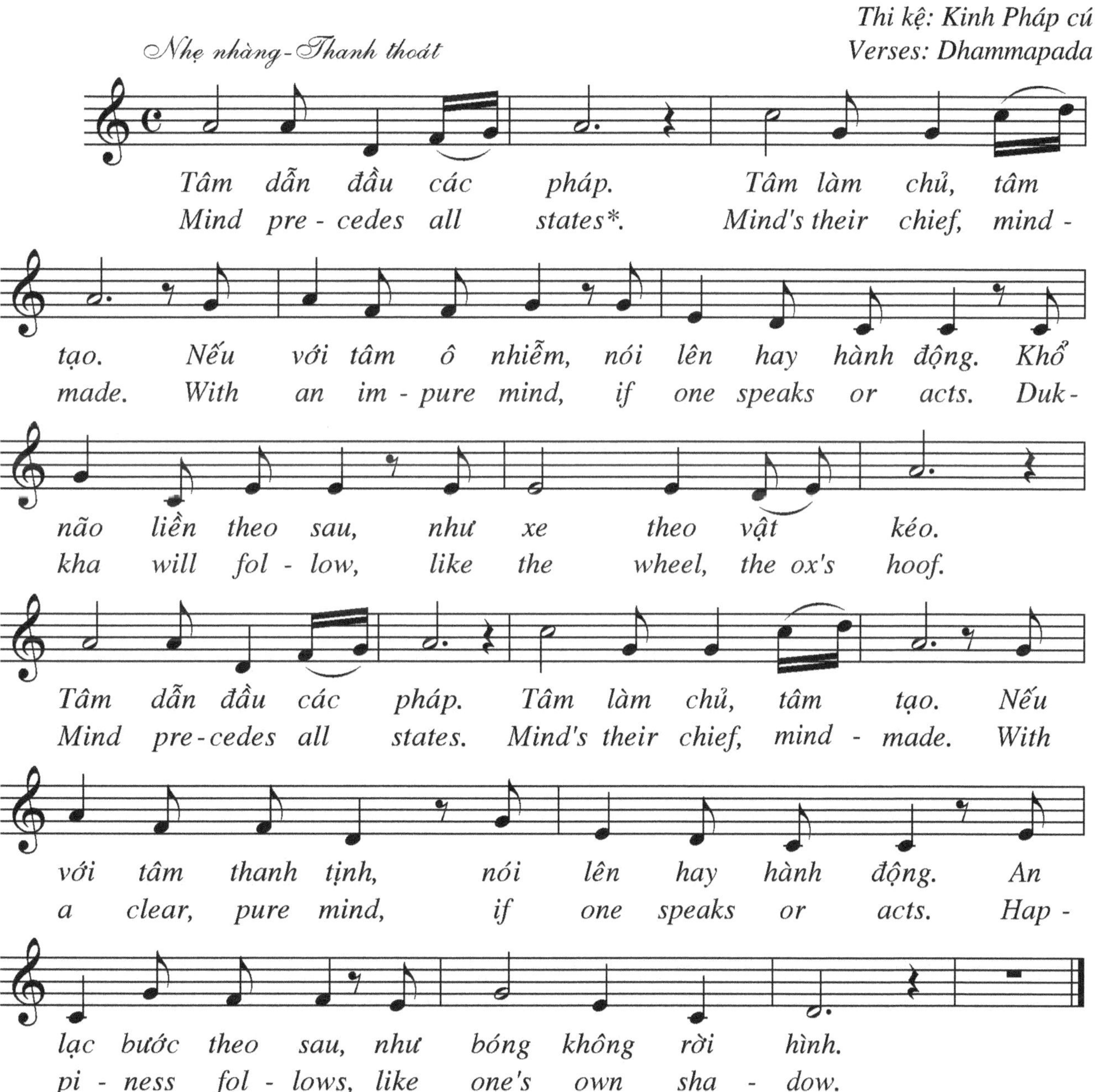

Nhẹ nhàng-Thanh thoát
Tâm dẫn đầu các pháp. Tâm làm chủ, tâm
Mind pre-cedes all states*. Mind's their chief, mind-
tạo. Nếu với tâm ô nhiễm, nói lên hay hành động. Khổ
made. With an im-pure mind, if one speaks or acts. Duk-
não liền theo sau, như xe theo vật kéo.
kha will fol-low, like the wheel, the ox's hoof.
Tâm dẫn đầu các pháp. Tâm làm chủ, tâm tạo. Nếu
Mind pre-cedes all states. Mind's their chief, mind-made. With
với tâm thanh tịnh, nói lên hay hành động. An
a clear, pure mind, if one speaks or acts. Hap-
lạc bước theo sau, như bóng không rời hình.
pi-ness fol-lows, like one's own sha-dow.

Tặng bạn

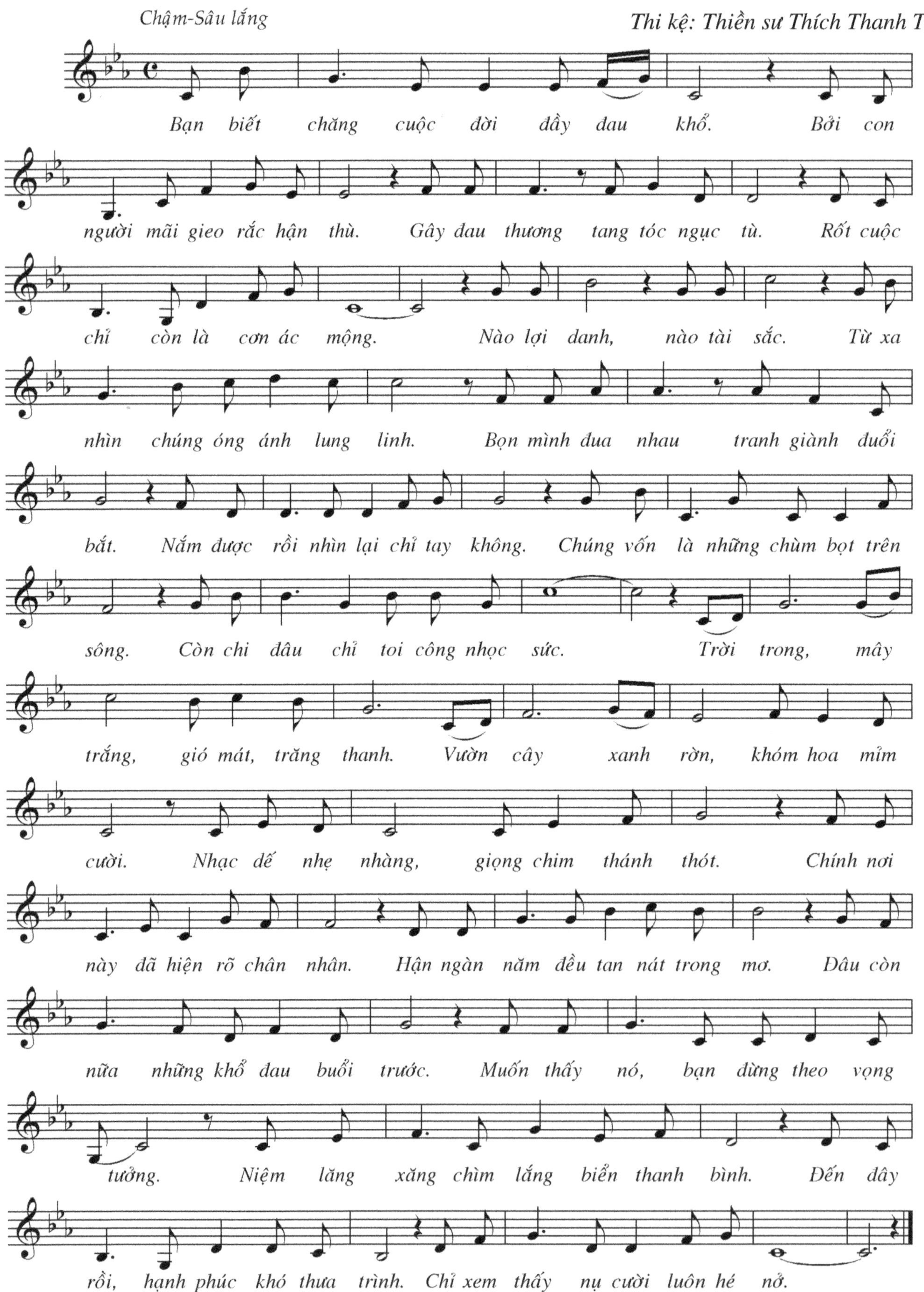

Chậm-Sâu lắng
Thi kệ: Thiền sư Thích Thanh Từ
Bạn biết chăng cuộc đời đầy dau khổ. Bởi con
người mãi gieo rắc hận thù. Gây đau thương tang tóc ngục tù. Rốt cuộc
chỉ còn là cơn ác mộng. Nào lợi danh, nào tài sắc. Từ xa
nhìn chúng óng ánh lung linh. Bọn mình đua nhau tranh giành đuổi
bắt. Nắm được rồi nhìn lại chỉ tay không. Chúng vốn là những chùm bọt trên
sông. Còn chi đâu chỉ toi công nhọc sức. Trời trong, mây
trắng, gió mát, trăng thanh. Vườn cây xanh rờn, khóm hoa mỉm
cười. Nhạc dế nhẹ nhàng, giọng chim thánh thót. Chính nơi
này đã hiện rõ chân nhân. Hận ngàn năm đều tan nát trong mơ. Đâu còn
nữa những khổ đau buổi trước. Muốn thấy nó, bạn đừng theo vọng
tưởng. Niệm lăng xăng chìm lắng biển thanh bình. Đến dây
rồi, hạnh phúc khó thưa trình. Chỉ xem thấy nụ cười luôn hé nở.

Thân lá vàng

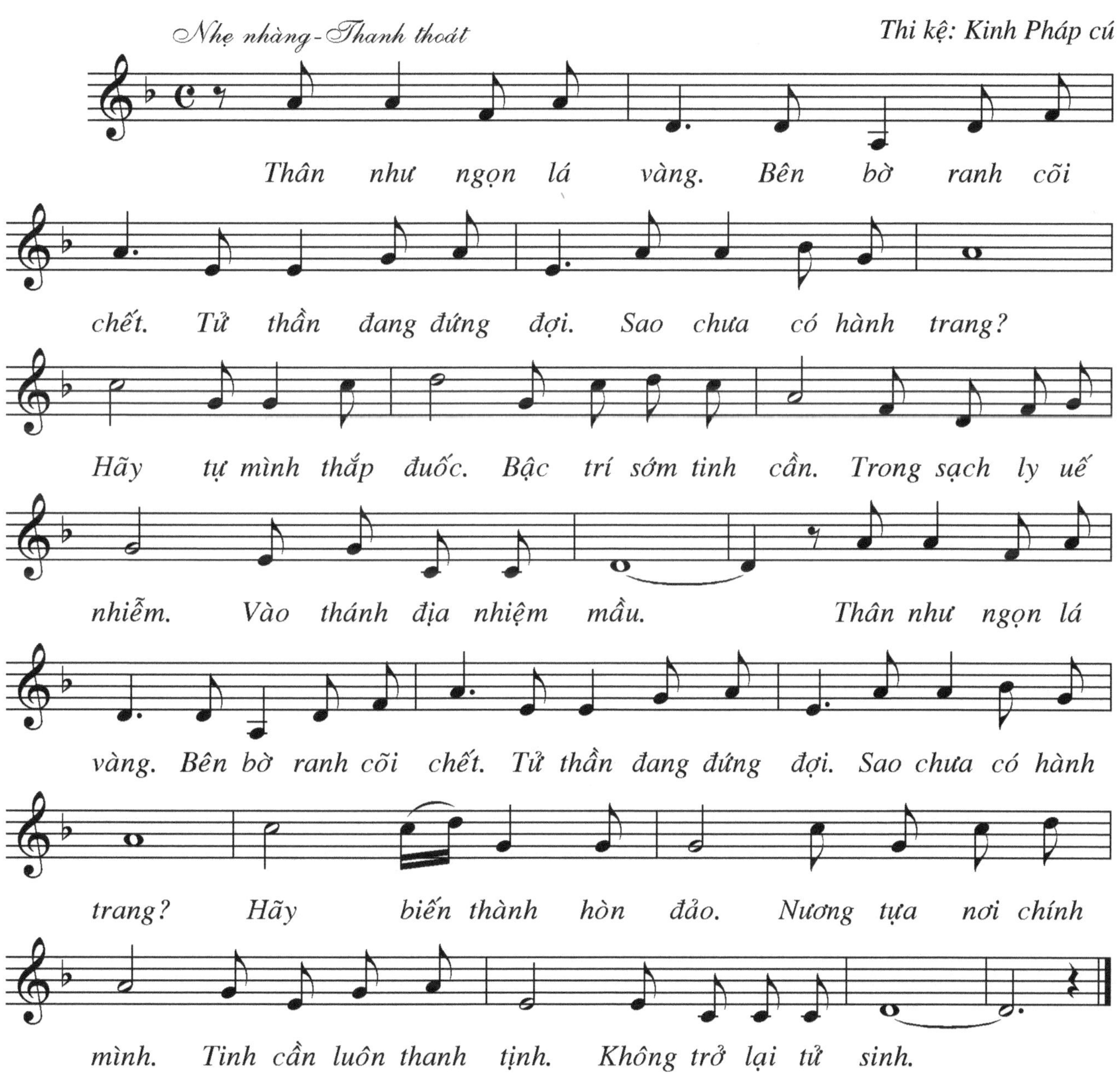

Nhẹ nhàng-Thanh thoát
Thi kệ: Kinh Pháp cú
Thân như ngọn lá vàng. Bên bờ ranh cõi chết. Tử thần đang đứng đợi. Sao chưa có hành trang?
Hãy tự mình thắp đuốc. Bậc trí sớm tinh cần. Trong sạch ly uế nhiễm. Vào thánh địa nhiệm mầu. Thân như ngọn lá vàng. Bên bờ ranh cõi chết. Tử thần đang đứng đợi. Sao chưa có hành trang? Hãy biến thành hòn đảo. Nương tựa nơi chính mình. Tinh cần luôn thanh tịnh. Không trở lại tử sinh.

49

TÌM TÂM

Chân thành, thanh thoát
Thi kệ: Thích Thông Phương

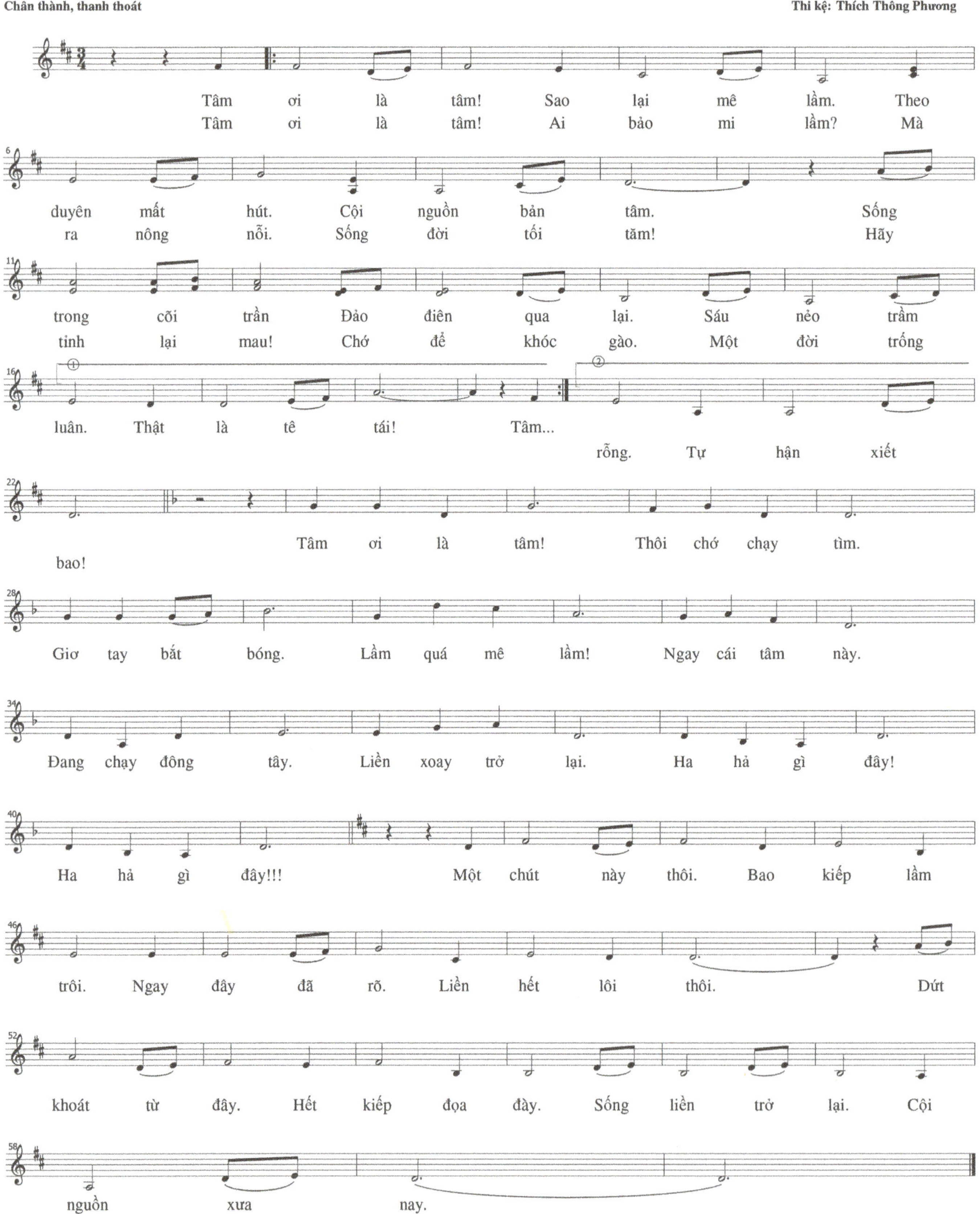

Tâm ơi là tâm! Sao lại mê lầm. Theo
Tâm ơi là tâm! Ai bảo mi lầm? Mà
duyên mất hút. Cội nguồn bản tâm. Sống
ra nông nỗi. Sống đời tối tăm! Hãy
trong cõi trần Đảo điên qua lại. Sáu nẻo trầm
tình lại mau! Chớ để khóc gào. Một đời trống
luân. Thật là tê tái! Tâm...
rỗng. Tự hận xiết
Tâm ơi là tâm! Thôi chớ chạy tìm.
bao!
Giơ tay bắt bóng. Lầm quá mê lầm! Ngay cái tâm này.
Đang chạy đông tây. Liền xoay trở lại. Ha hả gì đây!
Ha hả gì đây!!! Một chút này thôi. Bao kiếp lầm
trôi. Ngay đây đã rõ. Liền hết lôi thôi. Dứt
khoát từ đây. Hết kiếp đọa đày. Sống liền trở lại. Cội
nguồn xưa nay.

50

Tỉnh & Lặng

Thanh thoát-Nghiêm trang   *Thi kệ: Sa môn Thích Tuệ Giác*

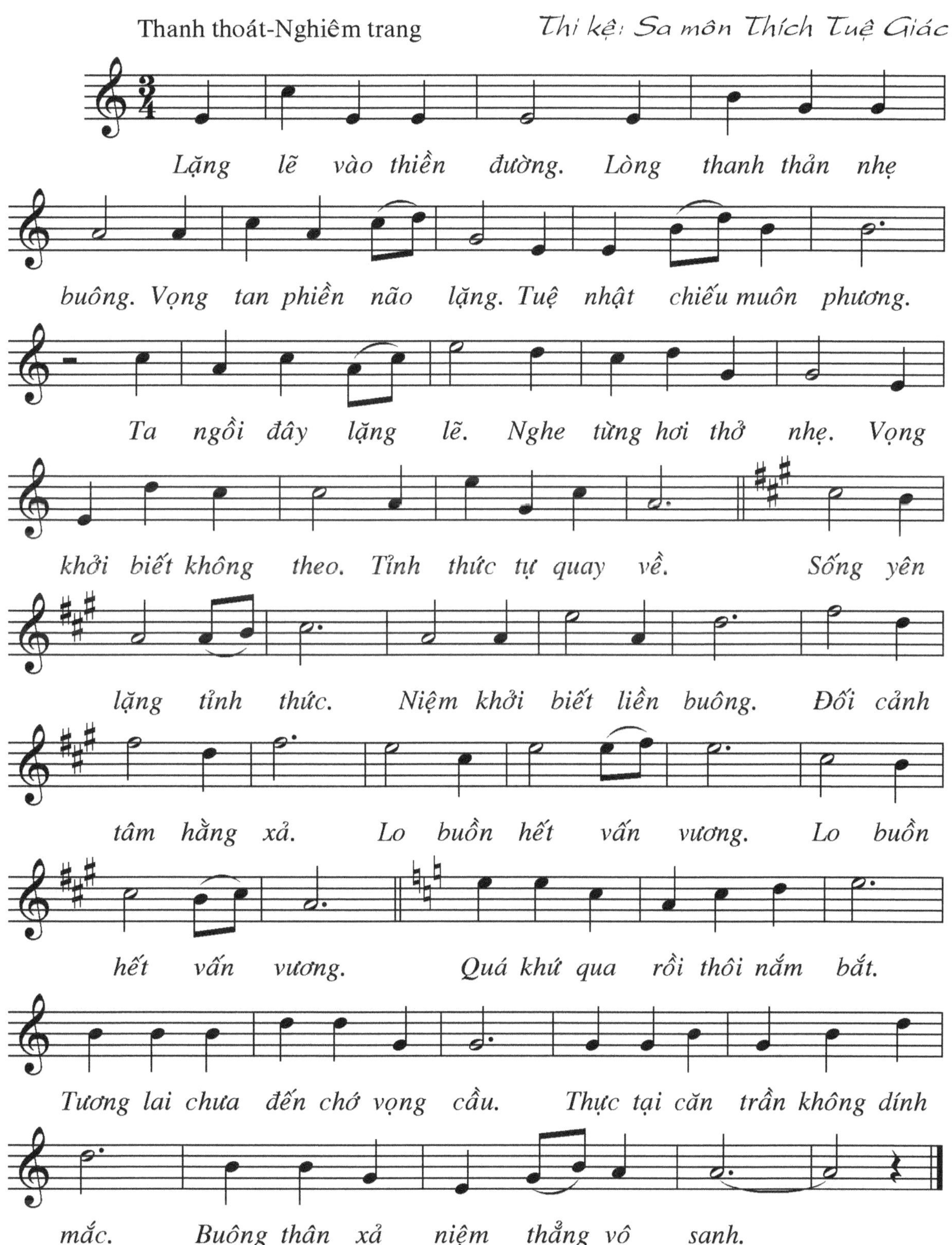

Lặng lẽ vào thiền đường. Lòng thanh thản nhẹ buông. Vọng tan phiền não lặng. Tuệ nhật chiếu muôn phương.

Ta ngồi đây lặng lẽ. Nghe từng hơi thở nhẹ. Vọng khởi biết không theo. Tỉnh thức tự quay về. Sống yên lặng tỉnh thức. Niệm khởi biết liền buông. Đối cảnh tâm hằng xả. Lo buồn hết vấn vương. Lo buồn hết vấn vương. Quá khứ qua rồi thôi nắm bắt.

Tương lai chưa đến chớ vọng cầu. Thực tại căn trần không dính mắc. Buông thân xả niệm thẳng vô sanh.

TRI ÂM

Thi kệ: Thích Đạo Tuân

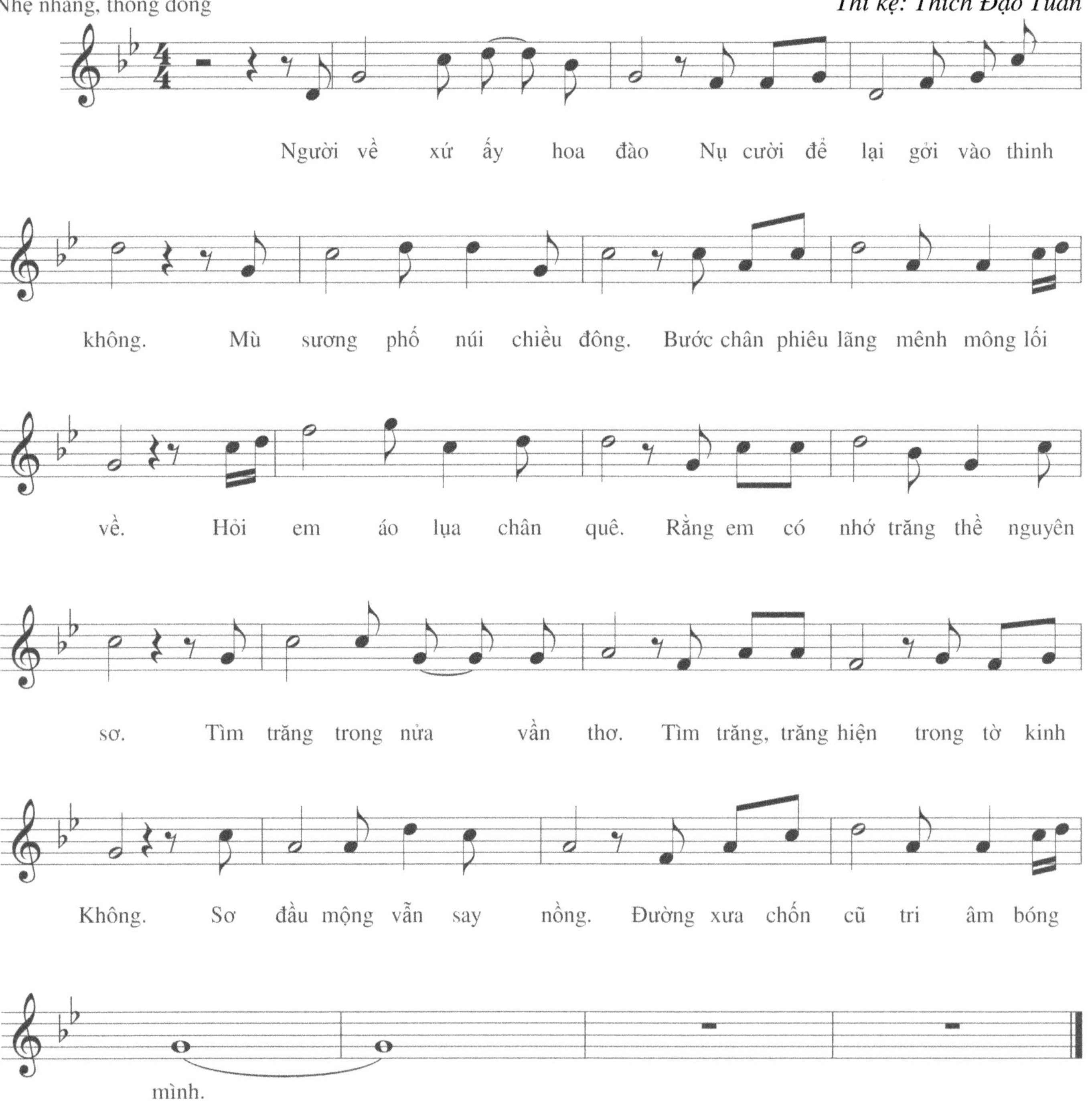

Người về xứ ấy hoa đào Nụ cười để lại gởi vào thinh
không. Mù sương phố núi chiều đông. Bước chân phiêu lãng mênh mông lối
về. Hỏi em áo lụa chân quê. Rằng em có nhớ trăng thề nguyên
sơ. Tìm trăng trong nửa vần thơ. Tìm trăng, trăng hiện trong tờ kinh
Không. Sơ đầu mộng vẫn say nồng. Đường xưa chốn cũ tri âm bóng
mình.

Trọn niềm tin Tam Bảo

(Bất cứ lúc nào, hay trong hoàn cảnh nào, hãy đặt trọn niềm tin nơi Tam Bảo)

Chậm-Sâu lắng

Ý thơ: Đại Đức Sariputta

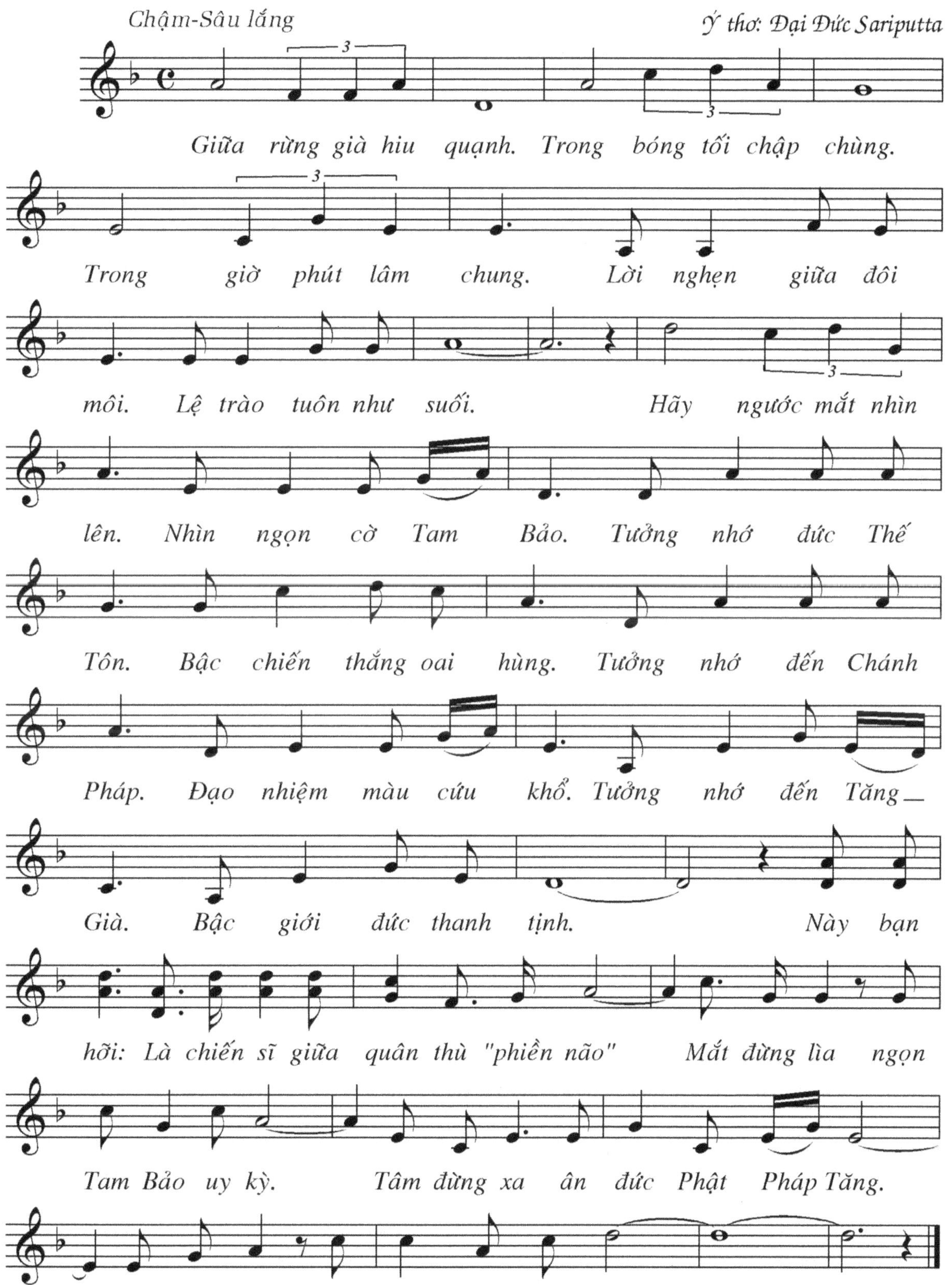

Giữa rừng già hiu quạnh. Trong bóng tối chập chùng.
Trong giờ phút lâm chung. Lời nghẹn giữa đôi
môi. Lệ trào tuôn như suối. Hãy ngước mắt nhìn
lên. Nhìn ngọn cờ Tam Bảo. Tưởng nhớ đức Thế
Tôn. Bậc chiến thắng oai hùng. Tưởng nhớ đến Chánh
Pháp. Đạo nhiệm màu cứu khổ. Tưởng nhớ đến Tăng
Già. Bậc giới đức thanh tịnh. Này bạn
hỡi: Là chiến sĩ giữa quân thù "phiền não" Mắt đừng lìa ngọn
Tam Bảo uy kỳ. Tâm đừng xa ân đức Phật Pháp Tăng.

Hãy dũng tiến trên con đường giải thoát.

VÔ THƯỜNG - KHỔ - VÔ NGÃ

Trang nghiêm, thanh thoát

Thi kệ: Kinh Pháp cú

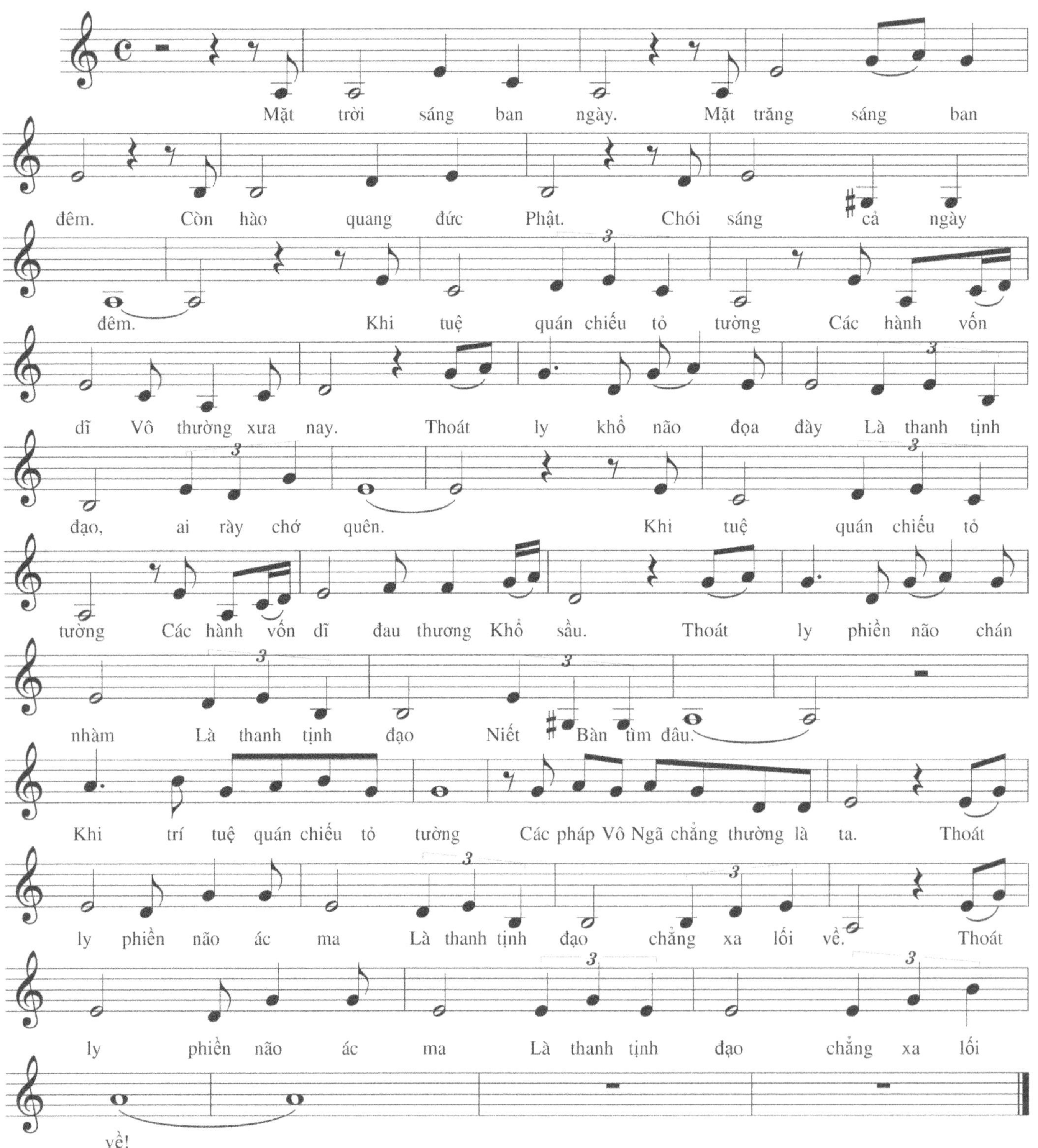

Mặt trời sáng ban ngày. Mặt trăng sáng ban
đêm. Còn hào quang đức Phật. Chói sáng cả ngày
đêm. Khi tuệ quán chiếu tỏ tường Các hành vốn
dĩ Vô thường xưa nay. Thoát ly khổ não đọa đày Là thanh tịnh
đạo, ai rày chớ quên. Khi tuệ quán chiếu tỏ
tường Các hành vốn dĩ đau thương Khổ sầu. Thoát ly phiền não chán
nhàm Là thanh tịnh đạo Niết Bàn tìm dâu.
Khi trí tuệ quán chiếu tỏ tường Các pháp Vô Ngã chẳng thường là ta. Thoát
ly phiền não ác ma Là thanh tịnh đạo chẳng xa lối về. Thoát
ly phiền não ác ma Là thanh tịnh đạo chẳng xa lối
về!

VU LAN Mùa Báo Ân

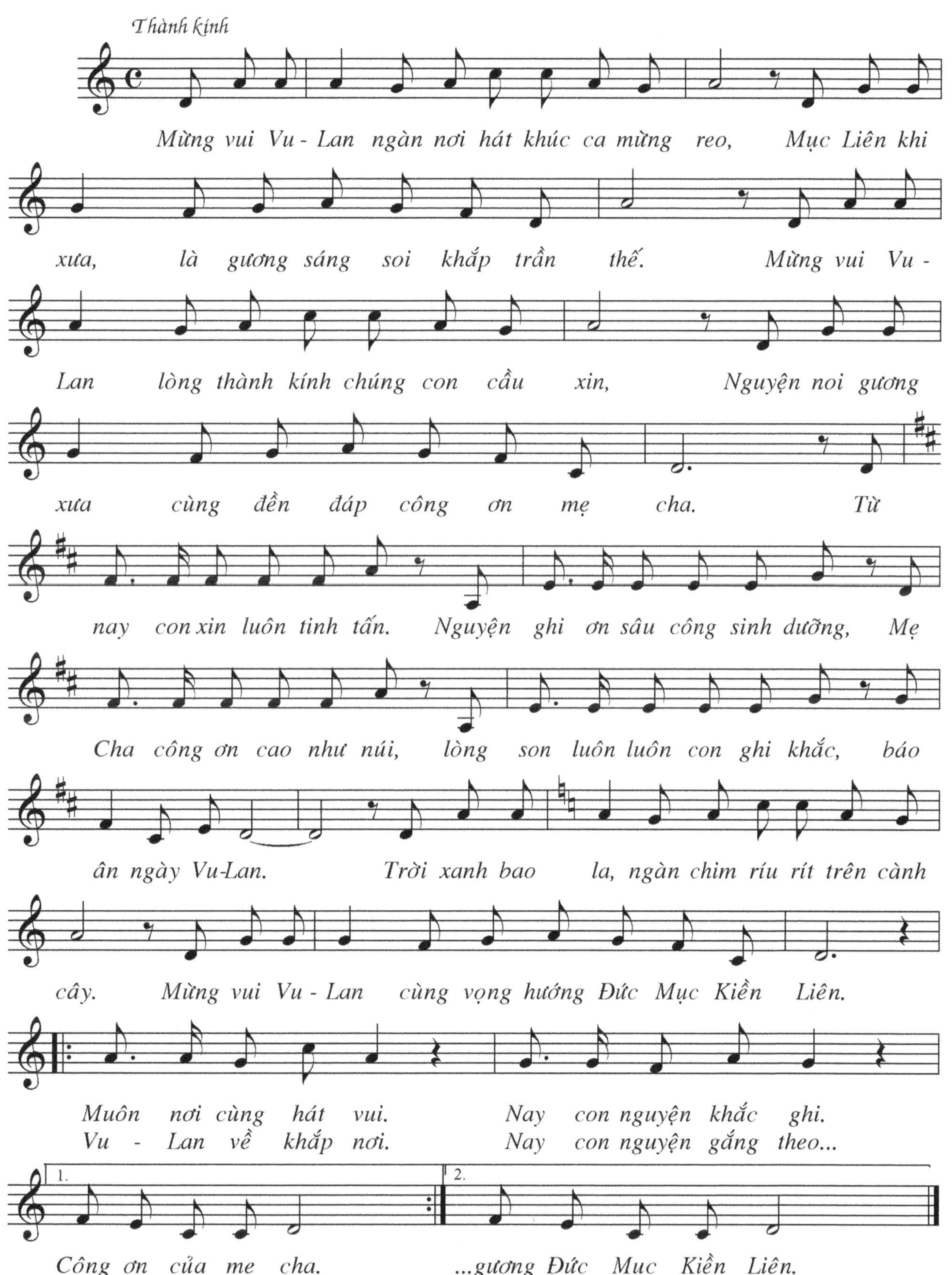

Thành kính
Mừng vui Vu - Lan ngàn nơi hát khúc ca mừng reo, Mục Liên khi
xưa, là gương sáng soi khắp trần thế. Mừng vui Vu -
Lan lòng thành kính chúng con cầu xin, Nguyện noi gương
xưa cùng đền đáp công ơn mẹ cha. Từ
nay con xin luôn tinh tấn. Nguyện ghi ơn sâu công sinh dưỡng, Mẹ
Cha công ơn cao như núi, lòng son luôn luôn con ghi khắc, báo
ân ngày Vu-Lan. Trời xanh bao la, ngàn chim ríu rít trên cành
cây. Mừng vui Vu - Lan cùng vọng hướng Đức Mục Kiền Liên.
Muôn nơi cùng hát vui. Nay con nguyện khắc ghi.
Vu - Lan về khắp nơi. Nay con nguyện gắng theo...
1.
Công ơn của mẹ cha.
2.
...gương Đức Mục Kiền Liên.

Vui thay Phật ra đời

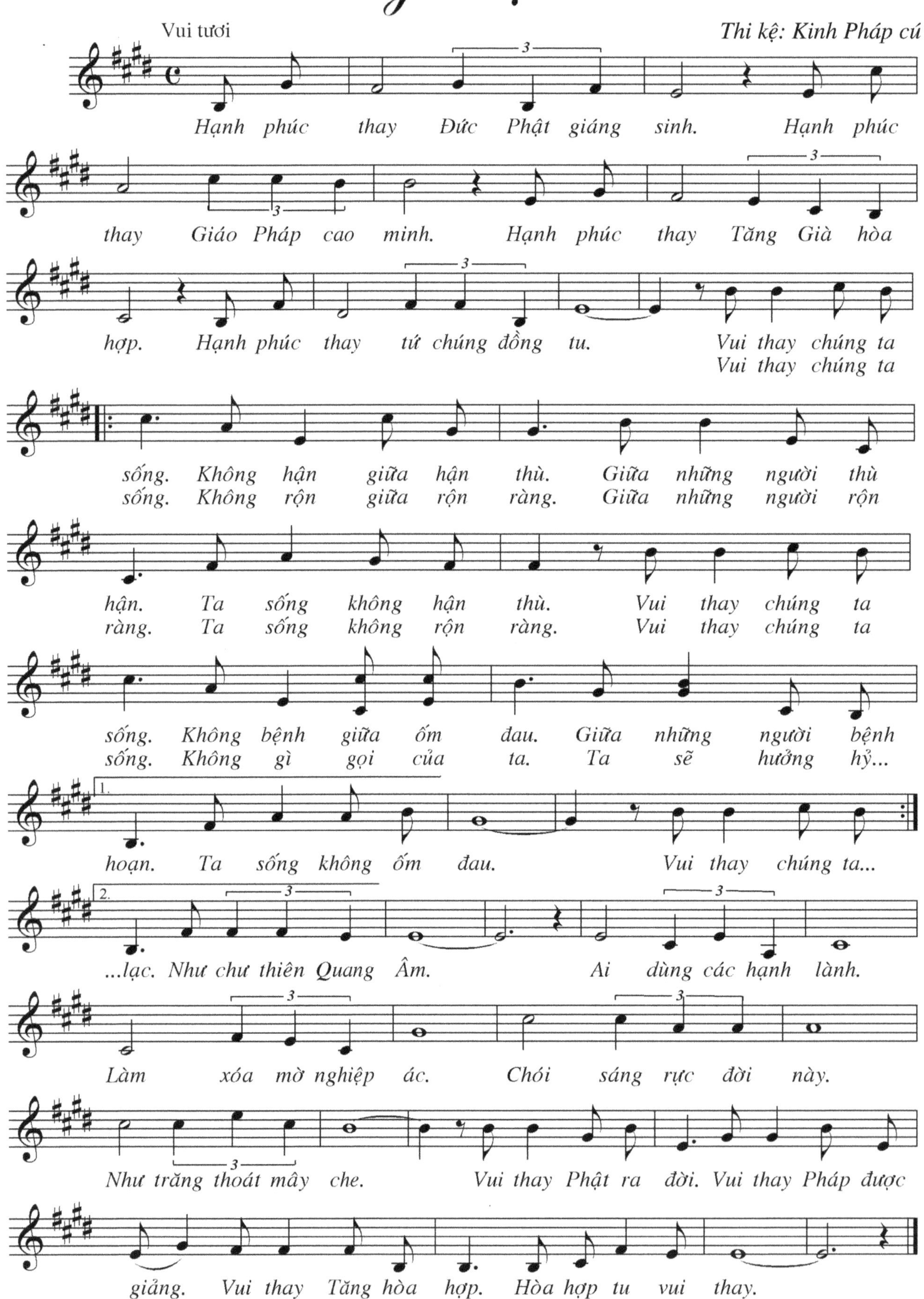

Vui tươi
Thi kệ: Kinh Pháp cú
Hạnh phúc thay Đức Phật giáng sinh. Hạnh phúc
thay Giáo Pháp cao minh. Hạnh phúc thay Tăng Già hòa
hợp. Hạnh phúc thay tứ chúng đồng tu. Vui thay chúng ta
Vui thay chúng ta
sống. Không hận giữa hận thù. Giữa những người thù
sống. Không rộn giữa rộn ràng. Giữa những người rộn
hận. Ta sống không hận thù. Vui thay chúng ta
ràng. Ta sống không rộn ràng. Vui thay chúng ta
sống. Không bệnh giữa ốm đau. Giữa những người bệnh
sống. Không gì gọi của ta. Ta sẽ hưởng hỷ...
hoạn. Ta sống không ốm đau. Vui thay chúng ta...
...lạc. Như chư thiên Quang Âm. Ai dùng các hạnh lành.
Làm xóa mờ nghiệp ác. Chói sáng rực đời này.
Như trăng thoát mây che. Vui thay Phật ra đời. Vui thay Pháp được
giảng. Vui thay Tăng hòa hợp. Hòa hợp tu vui thay.

Vui theo Ánh Đạo Vàng

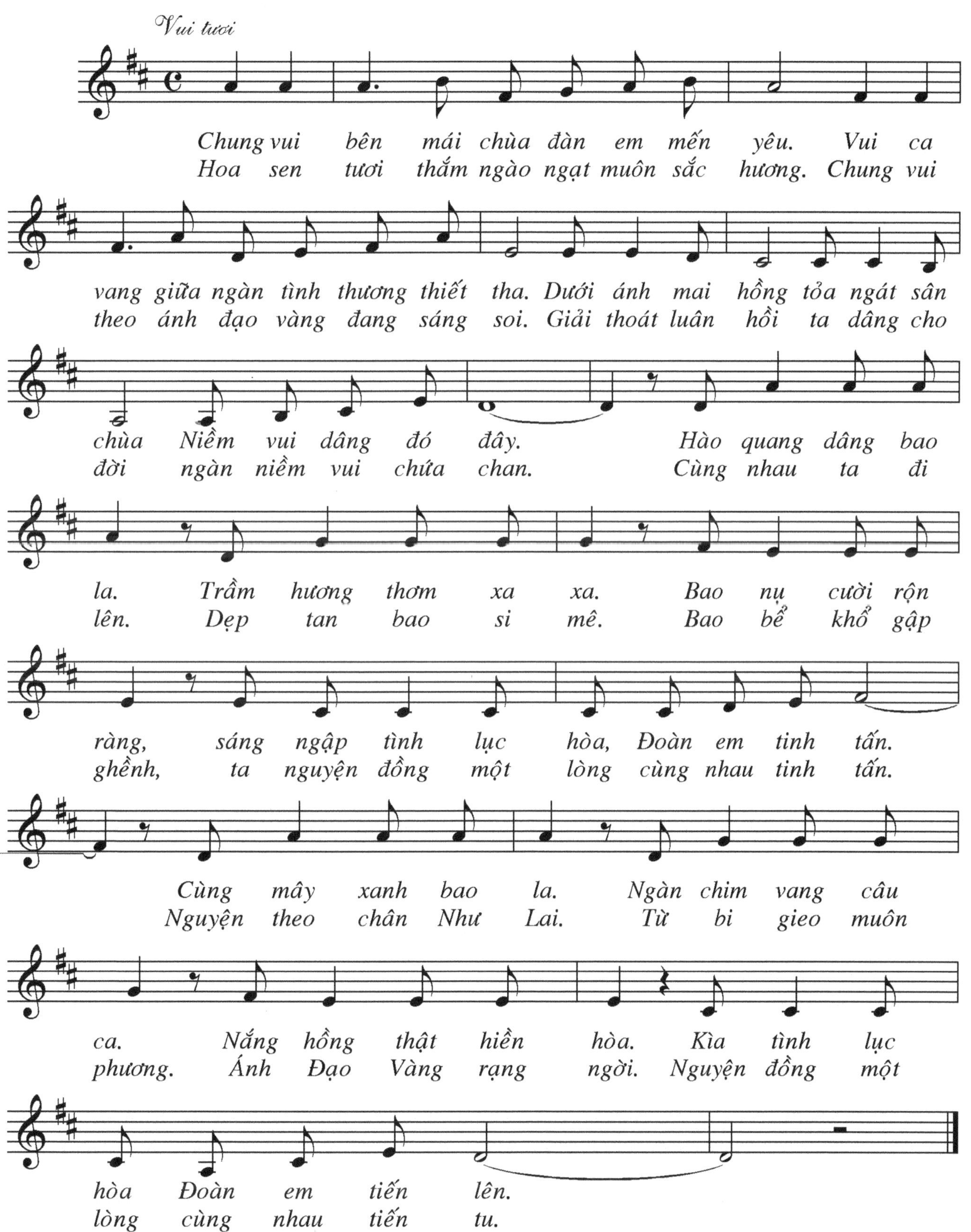

Vui tươi

Chung vui   bên   mái chùa đàn em mến   yêu.   Vui ca
Hoa sen   tươi   thắm ngào ngạt muôn sắc   hương. Chung vui

vang giữa ngàn tình thương thiết tha. Dưới ánh mai hồng tỏa ngát sân
theo ánh đạo vàng đang sáng soi. Giải thoát luân hồi ta dâng cho

chùa   Niềm vui dâng đó   đây.   Hào quang dâng bao
đời   ngàn niềm vui chứa chan.   Cùng nhau ta đi

la.   Trầm   hương   thơm   xa   xa.   Bao nụ cười rộn
lên.   Dẹp   tan   bao   si   mê.   Bao bể khổ gập

ràng,   sáng ngập tình lục hòa, Đoàn em tinh tấn.
ghềnh,   ta nguyện đồng một lòng cùng nhau tinh tấn.

Cùng   mây   xanh   bao   la.   Ngàn chim vang câu
Nguyện theo   chân Như   Lai.   Từ bi gieo muôn

ca.   Nắng hồng thật hiền hòa.   Kìa tình lục
phương.   Ánh Đạo Vàng rạng ngời. Nguyện đồng một

hòa   Đoàn   em   tiến   lên.
lòng   cùng   nhau   tiến   tu.

Xuân lễ Phật

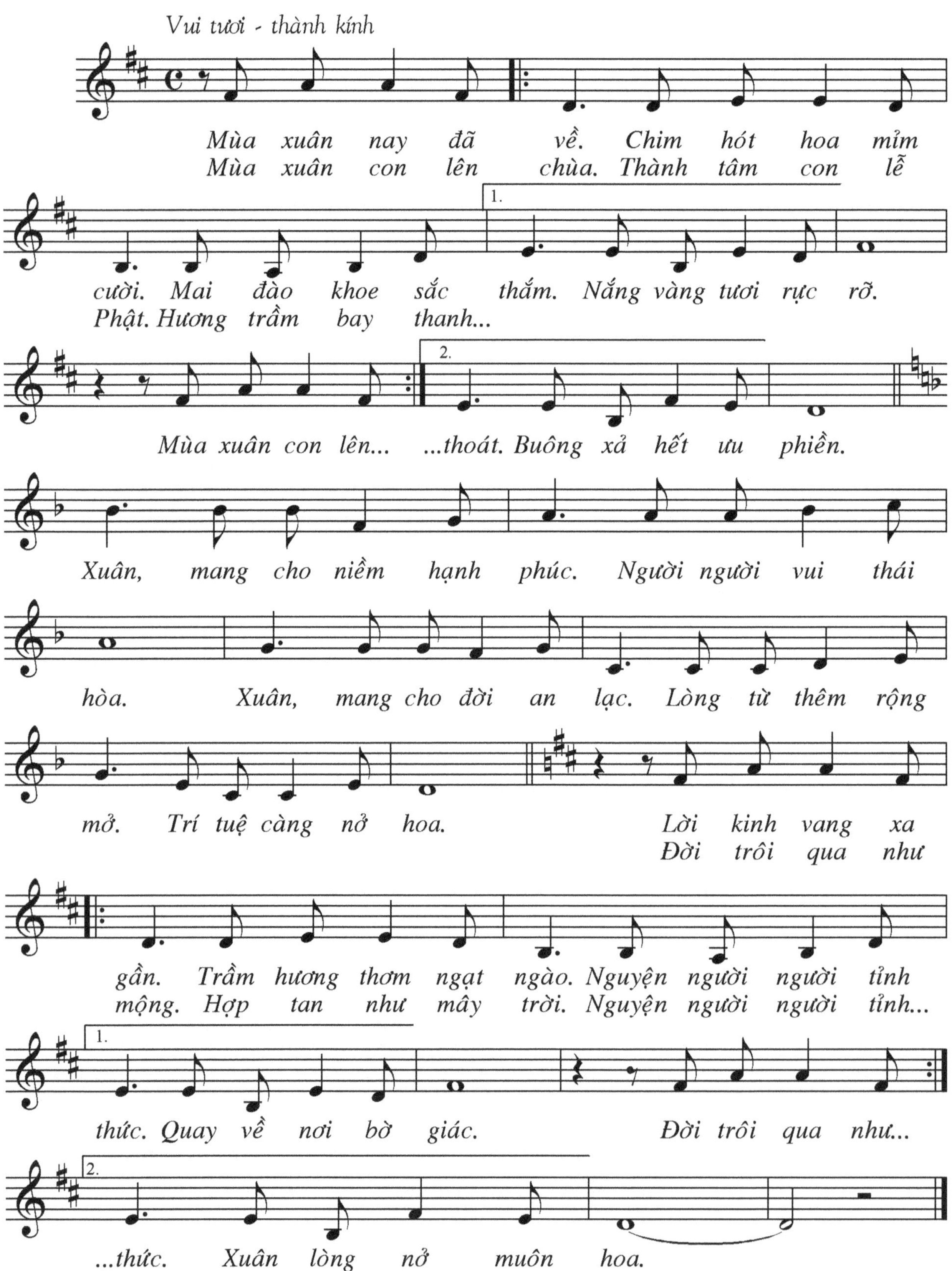

Vui tươi - thành kính
Mùa xuân nay đã về. Chim hót hoa mỉm
Mùa xuân con lên chùa. Thành tâm con lễ
cười. Mai đào khoe sắc thắm. Nắng vàng tươi rực rỡ.
Phật. Hương trầm bay thanh...
Mùa xuân con lên... ...thoát. Buông xả hết ưu phiền.
Xuân, mang cho niềm hạnh phúc. Người người vui thái
hòa. Xuân, mang cho đời an lạc. Lòng từ thêm rộng
mở. Trí tuệ càng nở hoa. Lời kinh vang xa
Đời trôi qua như
gần. Trầm hương thơm ngạt ngào. Nguyện người người tỉnh
mộng. Hợp tan như mây trời. Nguyện người người tỉnh...
thức. Quay về nơi bờ giác. Đời trôi qua như...
...thức. Xuân lòng nở muôn hoa.

Xuân tỉnh mộng

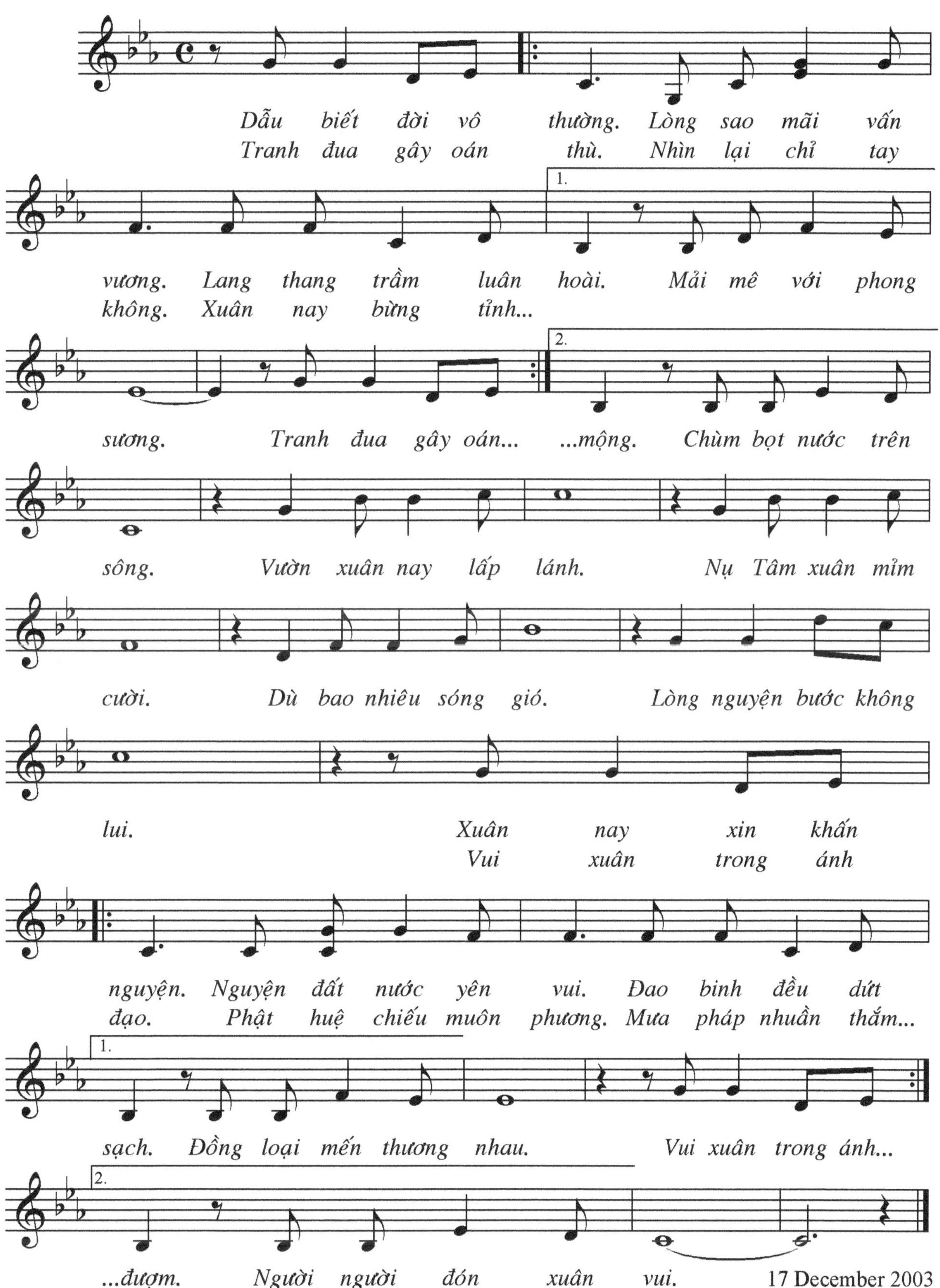

Dẫu biết đời vô thường. Lòng sao mãi vấn
Tranh đua gây oán thù. Nhìn lại chỉ tay
vương. Lang thang trầm luân hoài. Mải mê với phong
không. Xuân nay bừng tỉnh...
sương. Tranh đua gây oán... ...mộng. Chùm bọt nước trên
sông. Vườn xuân nay lấp lánh. Nụ Tâm xuân mỉm
cười. Dù bao nhiêu sóng gió. Lòng nguyện bước không
lui. Xuân nay xin khấn
Vui xuân trong ánh
nguyện. Nguyện đất nước yên vui. Đao binh đều dứt
đạo. Phật huệ chiếu muôn phương. Mưa pháp nhuần thắm...
sạch. Đồng loại mến thương nhau. Vui xuân trong ánh...
...đượm. Người người đón xuân vui.

17 December 2003

Xuân Tươi

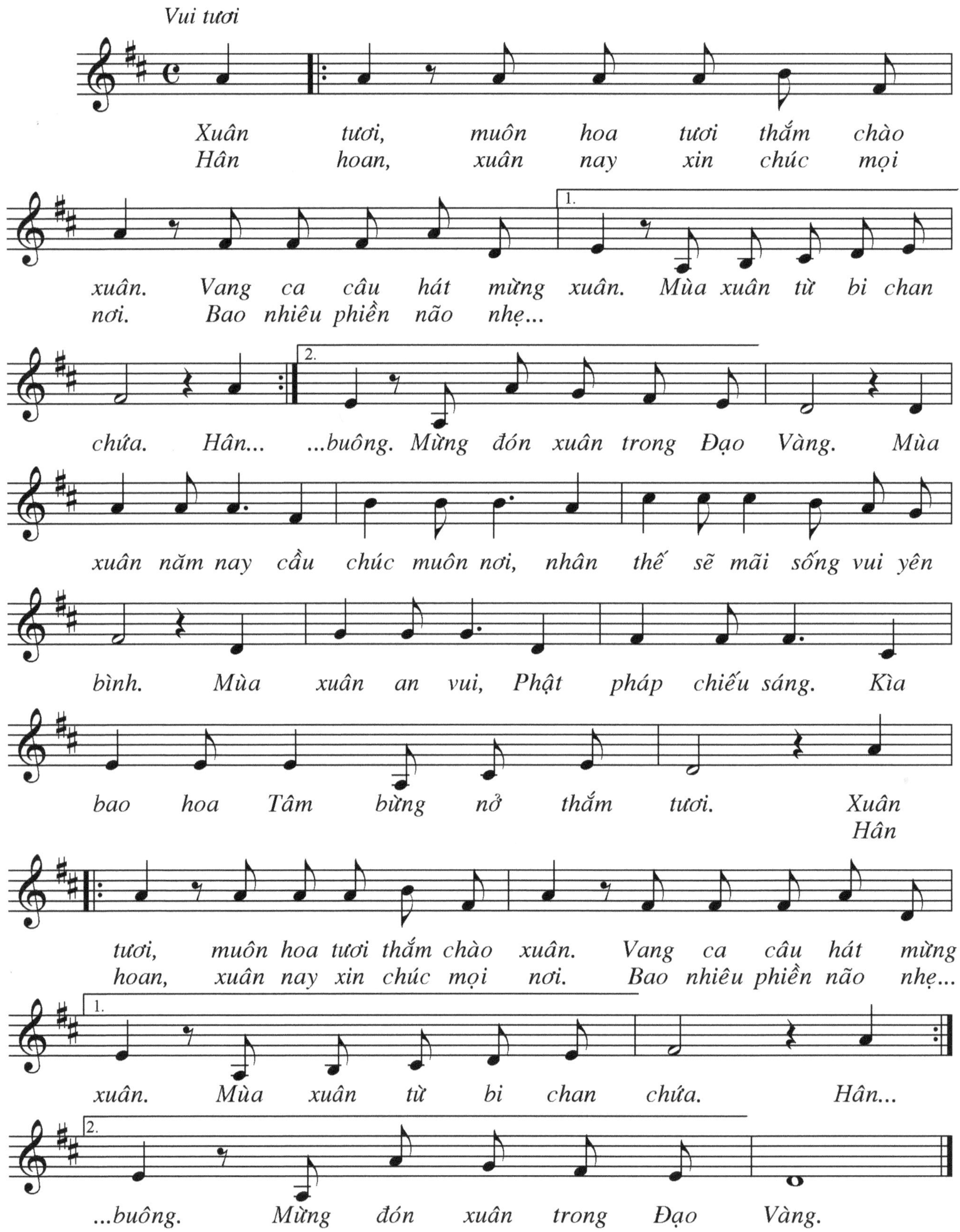

Vui tươi
Xuân tươi, muôn hoa tươi thắm chào
Hân hoan, xuân nay xin chúc mọi
xuân. Vang ca câu hát mừng xuân. Mùa xuân từ bi chan
nơi. Bao nhiêu phiền não nhẹ...
chứa. Hân... ...buông. Mừng đón xuân trong Đạo Vàng. Mùa
xuân năm nay cầu chúc muôn nơi, nhân thế sẽ mãi sống vui yên
bình. Mùa xuân an vui, Phật pháp chiếu sáng. Kìa
bao hoa Tâm bừng nở thắm tươi. Xuân
Hân
tươi, muôn hoa tươi thắm chào xuân. Vang ca câu hát mừng
hoan, xuân nay xin chúc mọi nơi. Bao nhiêu phiền não nhẹ...
xuân. Mùa xuân từ bi chan chứa. Hân...
...buông. Mừng đón xuân trong Đạo Vàng.

XUÂN ƯỚC NGUYỆN

Cha Cha Cha

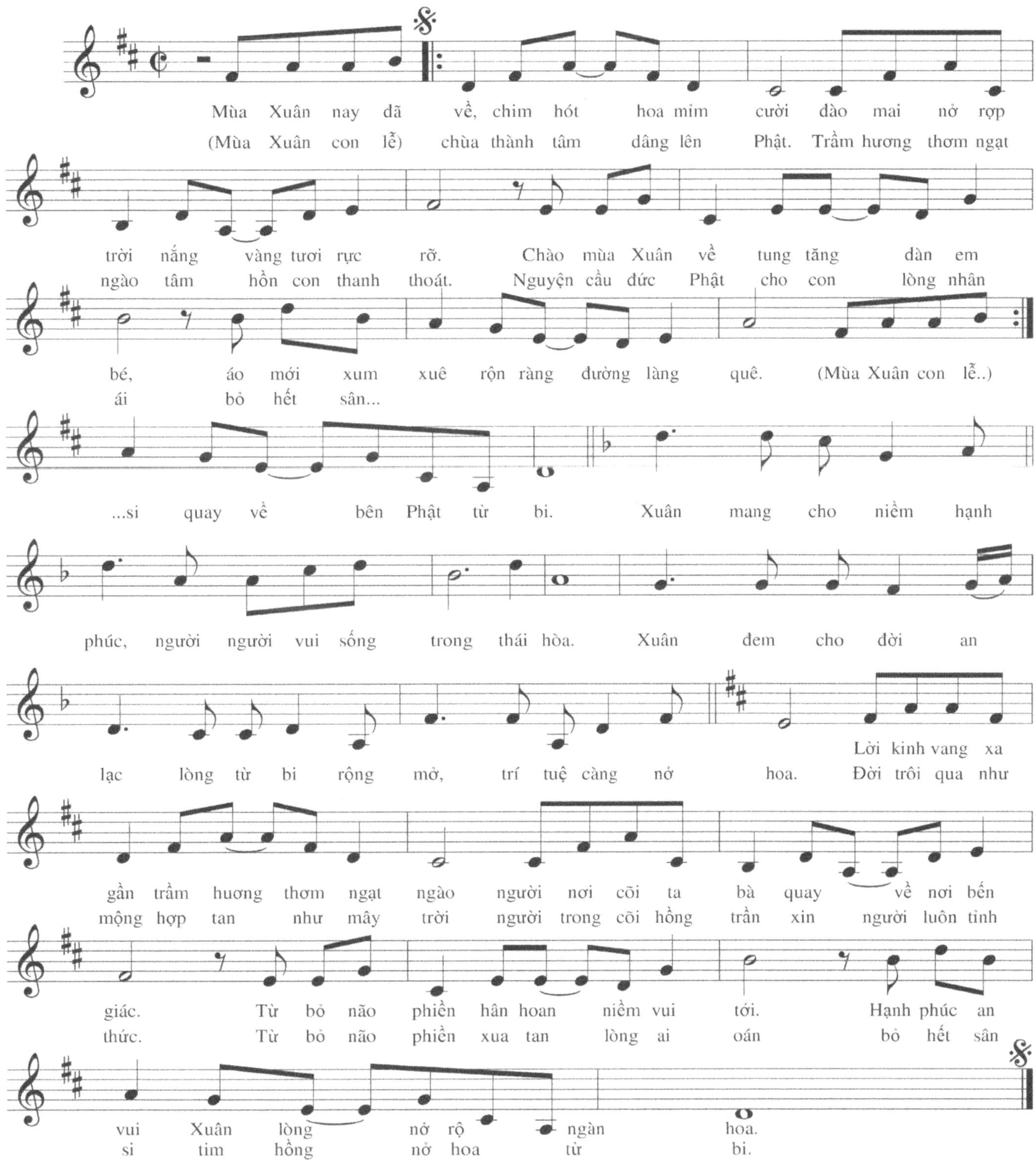

Mùa Xuân nay đã về, chim hót hoa mỉm cười đào mai nở rợp
(Mùa Xuân con lễ) chùa thành tâm dâng lên Phật. Trầm hương thơm ngạt
trời nắng vàng tươi rực rỡ. Chào mùa Xuân về tung tăng đàn em
ngào tâm hồn con thanh thoát. Nguyện cầu đức Phật cho con lòng nhân
bé, áo mới xum xuê rộn ràng đường làng quê. (Mùa Xuân con lễ..)
ái bỏ hết sân...
...si quay về bên Phật từ bi. Xuân mang cho niềm hạnh
phúc, người người vui sống trong thái hòa. Xuân đem cho đời an
lạc lòng từ bi rộng mở, trí tuệ càng nở hoa. Đời trôi qua như
Lời kinh vang xa
gần trầm hương thơm ngạt ngào người nơi cõi ta bà quay về nơi bến
mộng hợp tan như mây trời người trong cõi hồng trần xin người luôn tình
giác. Từ bỏ não phiền hân hoan niềm vui tới. Hạnh phúc an
thức. Từ bỏ não phiền xua tan lòng ai oán bỏ hết sân
vui Xuân lòng nở rộ ngàn hoa.
si tim hồng nở hoa từ bi.

Xuân vãn - Nhất chi mai

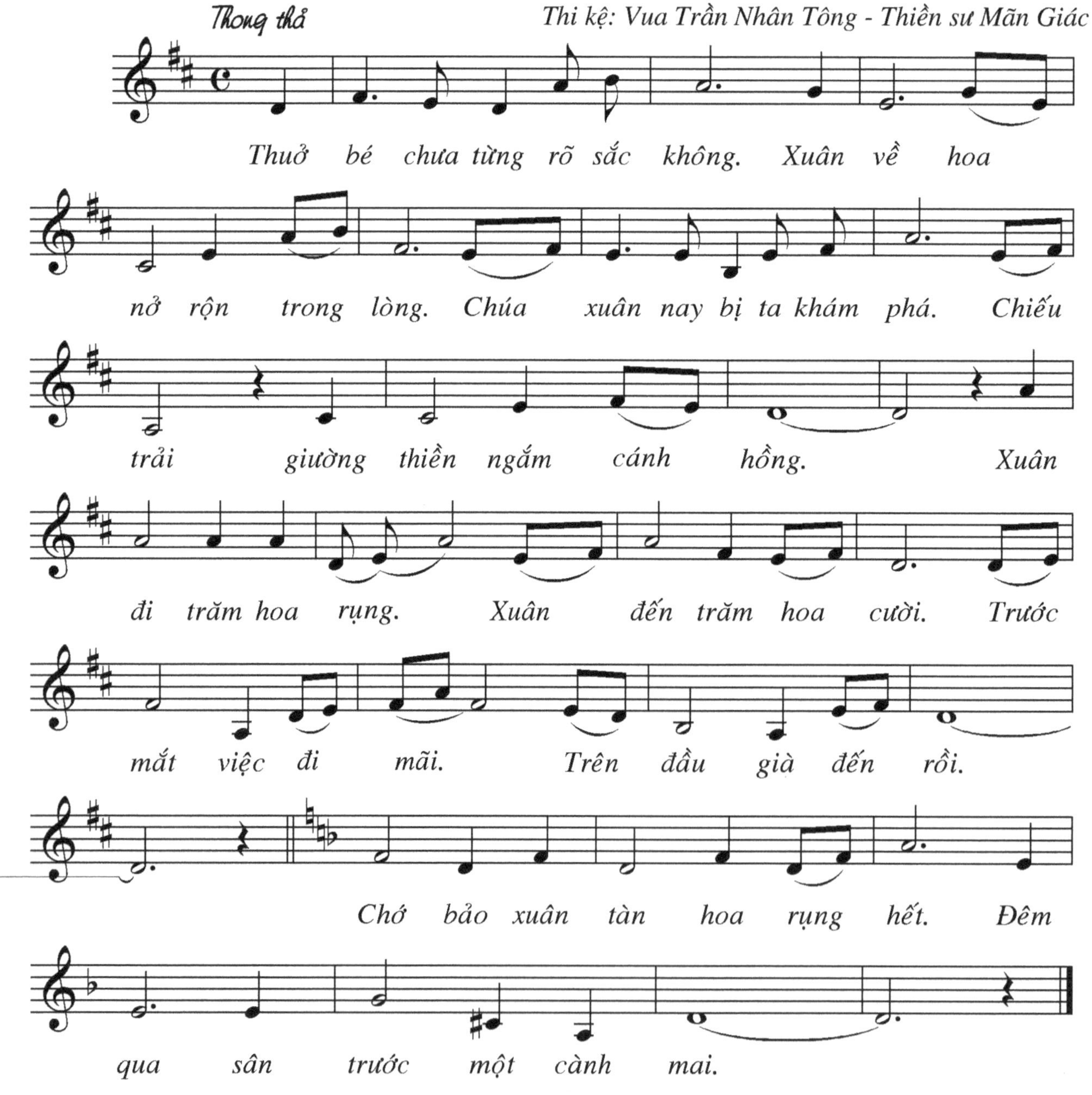

Thong thả
Thi kệ: Vua Trần Nhân Tông - Thiền sư Mãn Giác
Thuở bé chưa từng rõ sắc không. Xuân về hoa
nở rộn trong lòng. Chúa xuân nay bị ta khám phá. Chiếu
trải giường thiền ngắm cánh hồng. Xuân
đi trăm hoa rụng. Xuân đến trăm hoa cười. Trước
mắt việc đi mãi. Trên đầu già đến rồi.
Chớ bảo xuân tàn hoa rụng hết. Đêm
qua sân trước một cành mai.

● Lời dẫn lúc dạo nhạc:
Chúng sinh vô biên thệ nguyện độ
Phiền não vô tận thệ nguyện đoạn
Pháp môn vô lượng thệ nguyện học
Phật đạo vô thượng thệ nguyện thành

Xuất gia

■ Lời đọc lúc kết thúc:
Nguyện đem công đức này
Hướng về khắp tất cả
Đệ tử và chúng sinh
Đều trọn thành Phật đạo

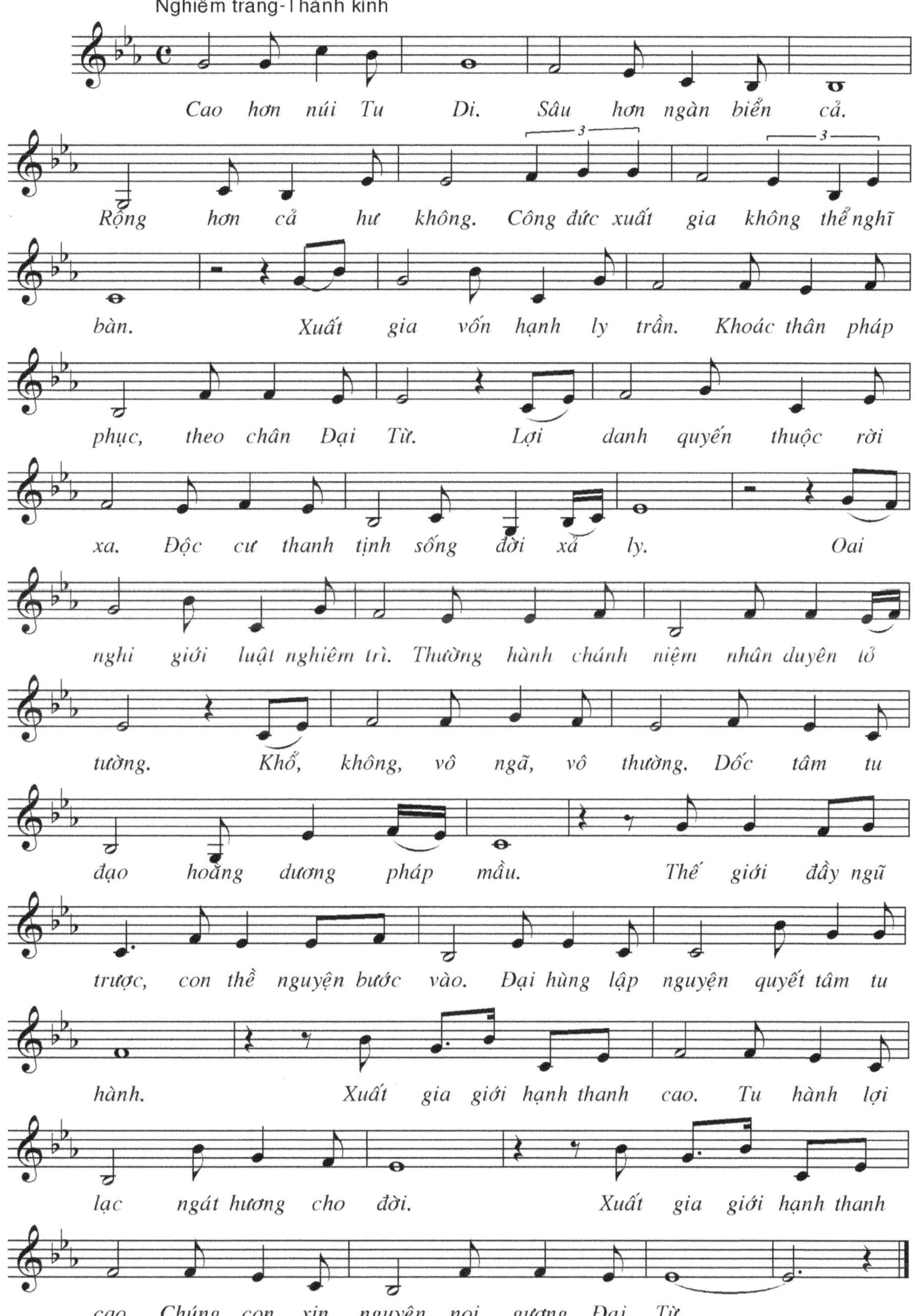
Nghiêm trang-Thành kính

Cao hơn núi Tu Di. Sâu hơn ngàn biển cả.

Rộng hơn cả hư không. Công đức xuất gia không thể nghĩ

bàn. Xuất gia vốn hạnh ly trần. Khoác thân pháp

phục, theo chân Đại Từ. Lợi danh quyến thuộc rời

xa. Độc cư thanh tịnh sống đời xả ly. Oai

nghi giới luật nghiêm trì. Thường hành chánh niệm nhân duyên tỏ

tường. Khổ, không, vô ngã, vô thường. Dốc tâm tu

đạo hoằng dương pháp mầu. Thế giới đầy ngũ

trược, con thề nguyện bước vào. Đại hùng lập nguyện quyết tâm tu

hành. Xuất gia giới hạnh thanh cao. Tu hành lợi

lạc ngát hương cho đời. Xuất gia giới hạnh thanh

cao. Chúng con xin nguyện noi gương Đại Từ.

NHẠC PHẬT GIÁO
TIẾNG ANH

English Buddhist Songs

Awake and tranquil

Verses: Bhikku Thích Tuệ Giác
English translation: Tâm Đức

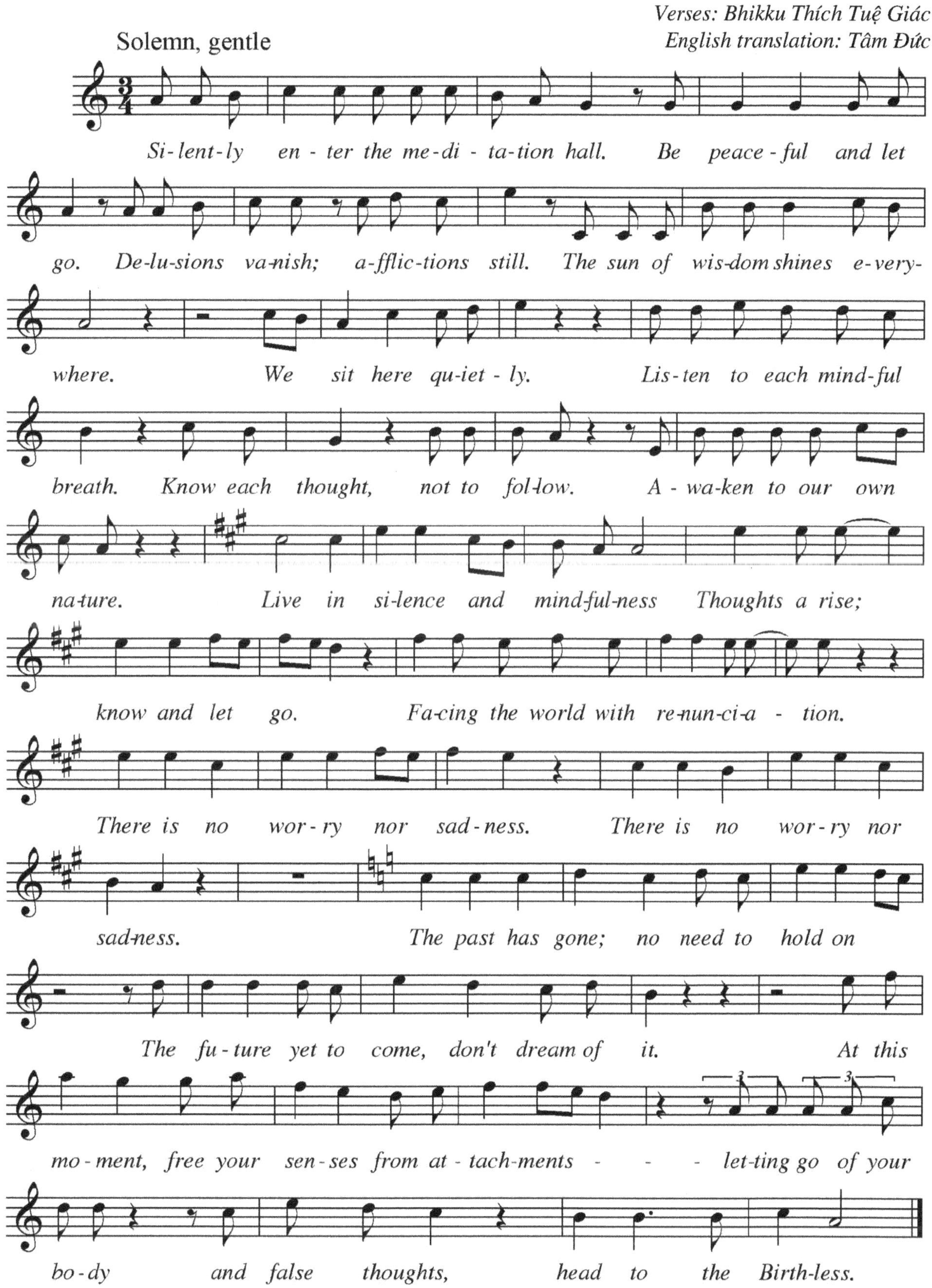
Solemn, gentle
Si-lent-ly en-ter the me-di-ta-tion hall. Be peace-ful and let
go. De-lu-sions va-nish; a-fflic-tions still. The sun of wis-dom shines e-very-
where. We sit here qu-iet-ly. Lis-ten to each mind-ful
breath. Know each thought, not to fol-low. A-wa-ken to our own
na-ture. Live in si-lence and mind-ful-ness Thoughts a rise;
know and let go. Fa-cing the world with re-nun-ci-a - tion.
There is no wor-ry nor sad-ness. There is no wor-ry nor
sad-ness. The past has gone; no need to hold on
The fu-ture yet to come, don't dream of it. At this
mo-ment, free your sen-ses from at-tach-ments - - - let-ting go of your
bo-dy and false thoughts, head to the Birth-less.

Blessed is the Birth of Buddhas

Verses: Dhammapada
Music: Tâm Đức - Andrew Capra

Oh, what a ble - ssing the birth of
Bu -ddhas. What a ble-ssing true dha-mma words. What a bles-sing Sang-ha's con
cord. Bles-sing to, all those - Who strive. How happ-ily we
live, friend-ly a - mong the hos-tile. We dwell free from hate, how happ ily we
live a mong mis-er-y a-mong mis era - ble men we dwell free from sor-row.
How happ ily we live un-frien-zied a - mong the frien zied.
We dwell free from con fu-sion how happ ily we live with noth-ing joy-ful
like, ra-di-ant Gods. Who, by whole - some ka - mma
co - vers e - vil done, bring-ing light to the world like the moon when free from
clouds. So blessed is the birth of Bu-ddhas the Dha-mma tea-chings the Sang-ha
har-mo-ny, blessed is their stri - ving. So blessed is the birth of Bu-ddhas the Dha-mma
tea-chings the Sang-ha har-mo-ny, blessed, is their stri - ving.

Buddha's Disciples

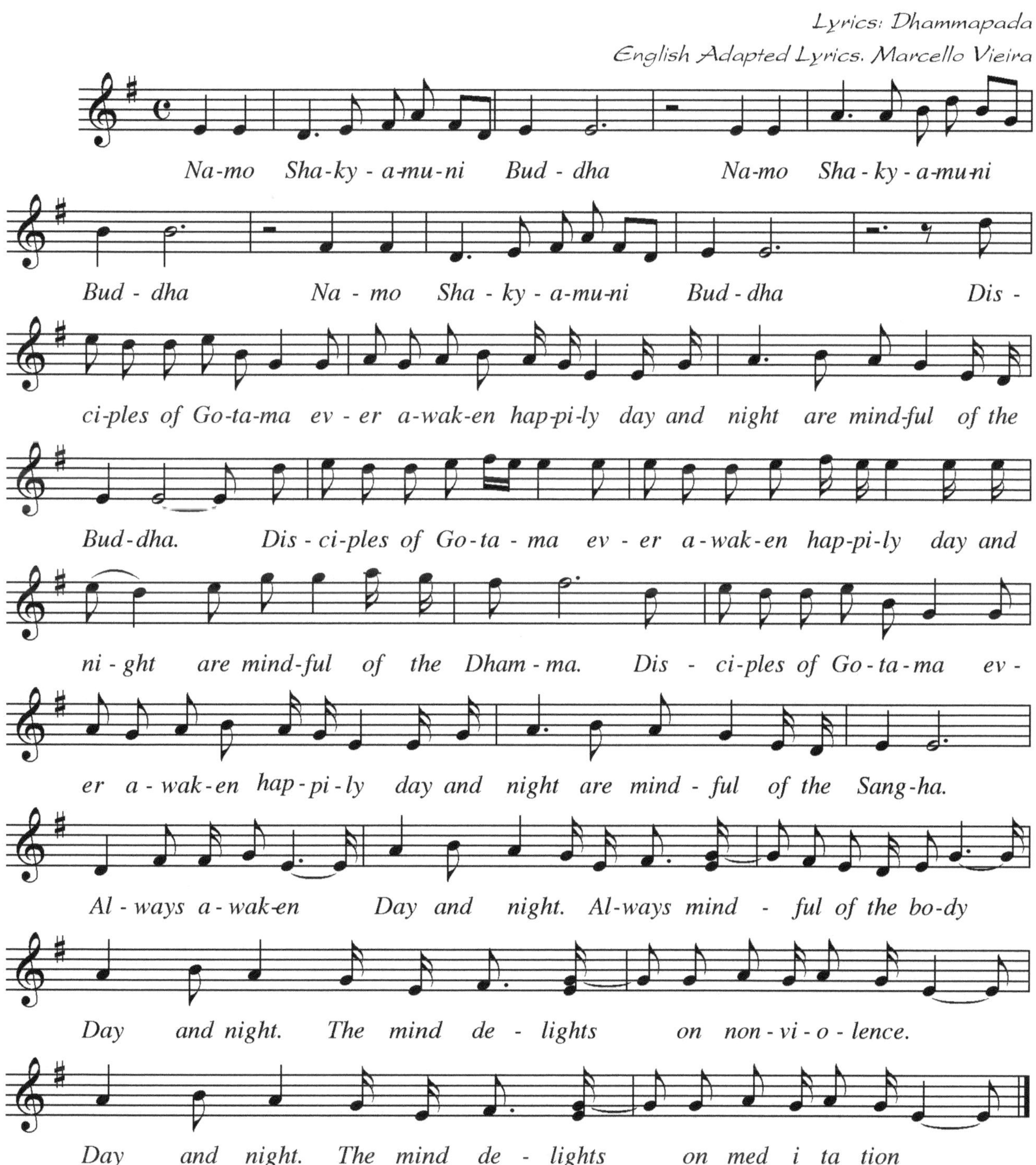

Lyrics: Dhammapada
English Adapted Lyrics. Marcello Vieira

Na-mo Sha-ky-a-mu-ni Bud-dha Na-mo Sha-ky-a-mu-ni
Bud-dha Na-mo Sha-ky-a-mu-ni Bud-dha Dis-
ci-ples of Go-ta-ma ev-er a-wak-en hap-pi-ly day and night are mind-ful of the
Bud-dha. Dis-ci-ples of Go-ta-ma ev-er a-wak-en hap-pi-ly day and
ni-ght are mind-ful of the Dham-ma. Dis-ci-ples of Go-ta-ma ev-
er a-wak-en hap-pi-ly day and night are mind-ful of the Sang-ha.
Al-ways a-wak-en Day and night. Al-ways mind-ful of the bo-dy
Day and night. The mind de-lights on non-vi-o-lence.
Day and night. The mind de-lights on med-i-ta-tion

CỜ PHẬT GIÁO
The Buddhist Flag

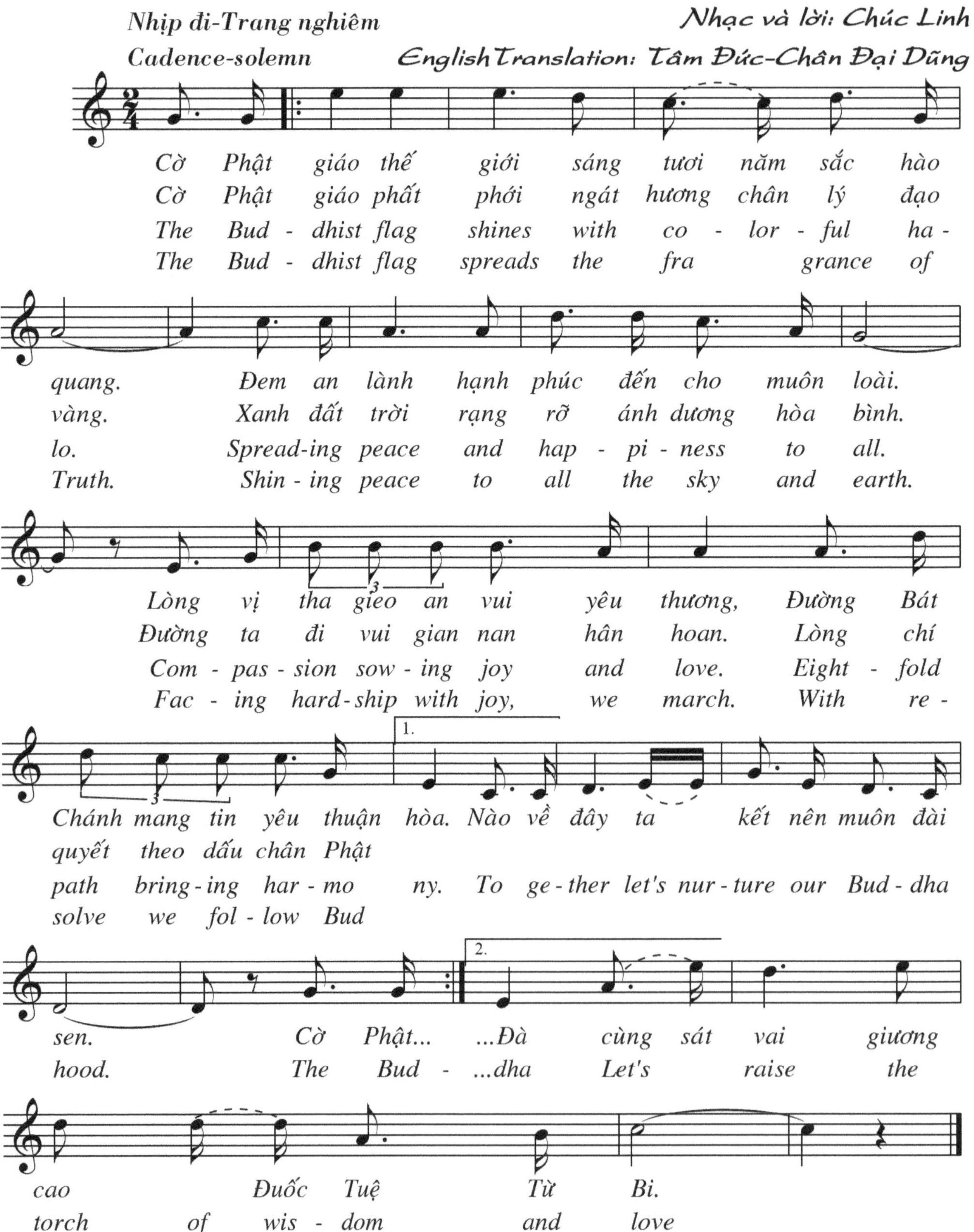

Nhịp đi-Trang nghiêm
Cadence-solemn
Nhạc và lời: Chúc Linh
English Translation: Tâm Đức-Chân Đại Dũng

Cờ Phật giáo thế giới sáng tươi năm sắc hào
Cờ Phật giáo phất phới ngát hương chân lý đạo
The Bud - dhist flag shines with co - lor - ful ha -
The Bud - dhist flag spreads the fra grance of

quang. Đem an lành hạnh phúc đến cho muôn loài.
vàng. Xanh đất trời rạng rỡ ánh dương hòa bình.
lo. Spread-ing peace and hap - pi - ness to all.
Truth. Shin - ing peace to all the sky and earth.

Lòng vị tha gieo an vui yêu thương, Đường Bát
Đường ta đi vui gian nan hân hoan. Lòng chí
Com - pas - sion sow - ing joy and love. Eight - fold
Fac - ing hard-ship with joy, we march. With re -

1.
Chánh mang tin yêu thuận hòa. Nào về đây ta kết nên muôn đài
quyết theo dấu chân Phật
path bring-ing har - mo ny. To ge -ther let's nur - ture our Bud - dha
solve we fol - low Bud

2.
sen. Cờ Phật... ...Đà cùng sát vai giương
hood. The Bud - ...dha Let's raise the

cao Đuốc Tuệ Từ Bi.
torch of wis - dom and love

Dear Friends, If you Know

Verses: Zen Master Thích Thanh Từ

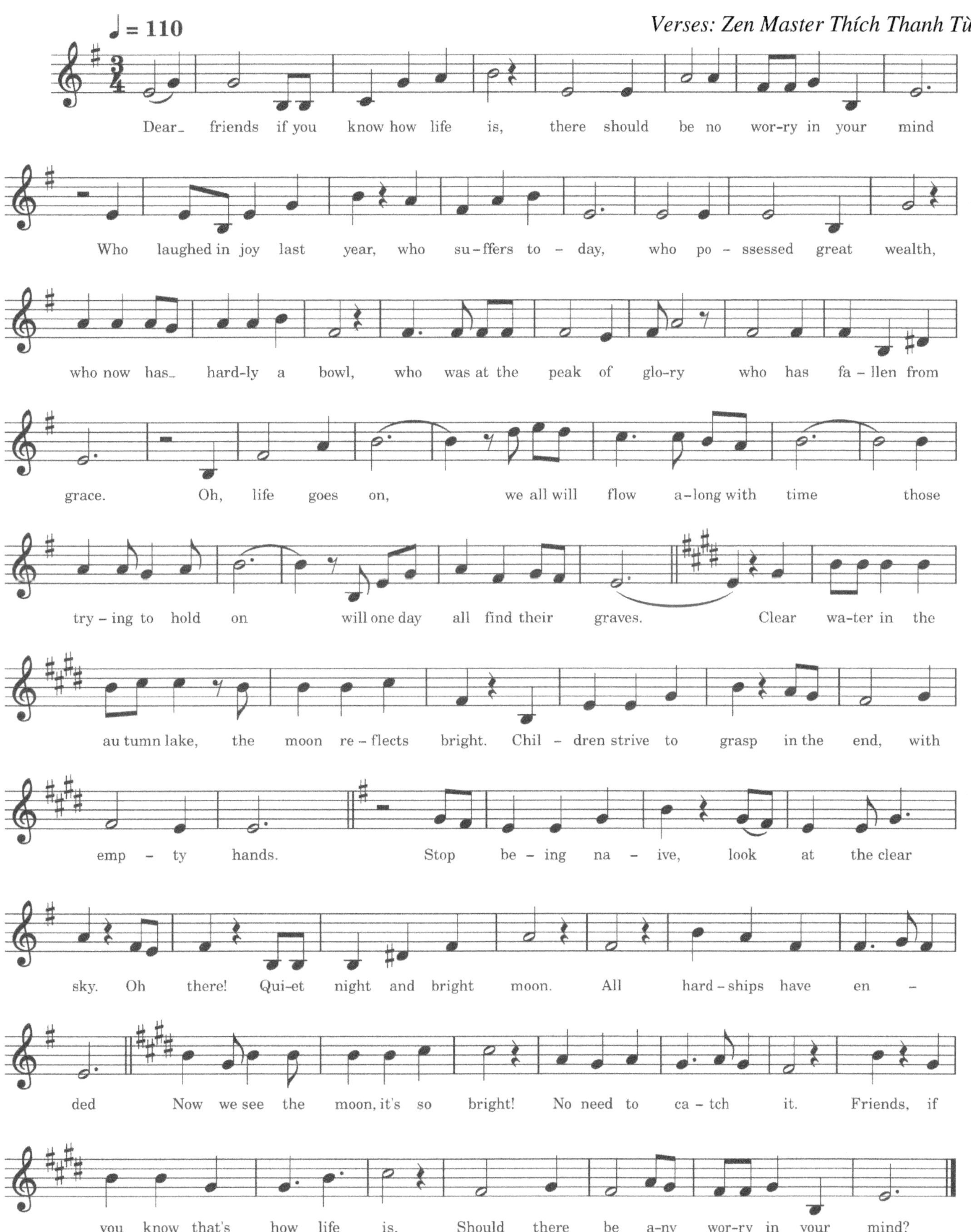
Dear friends if you know how life is, there should be no wor-ry in your mind
Who laughed in joy last year, who su-ffers to-day, who po-ssessed great wealth,
who now has hard-ly a bowl, who was at the peak of glo-ry who has fa-llen from
grace. Oh, life goes on, we all will flow a-long with time those
try-ing to hold on will one day all find their graves. Clear wa-ter in the
au tumn lake, the moon re-flects bright. Chil-dren strive to grasp in the end, with
emp-ty hands. Stop be-ing na-ive, look at the clear
sky. Oh there! Qui-et night and bright moon. All hard-ships have en-
ded Now we see the moon, it's so bright! No need to ca-tch it. Friends, if
you know that's how life is, Should there be a-ny wor-ry in your mind?

Dream

Verses: Ven. Thích Thanh Từ
Translation: Tâm Đức

♩ = 90
Har - bo - ring in this dream like bo-dy. Wan-de-
ring in this dream - like world - - - - Once the
dream has en - ded - - - En - lighte - ning,
lau - ghing o - ver the dream. Wri - ting a
few dream words. Re - min - ding the dream wan - de-
rers - - - - - Kno - wing the dream -
- - A - wake-ning from the dream.

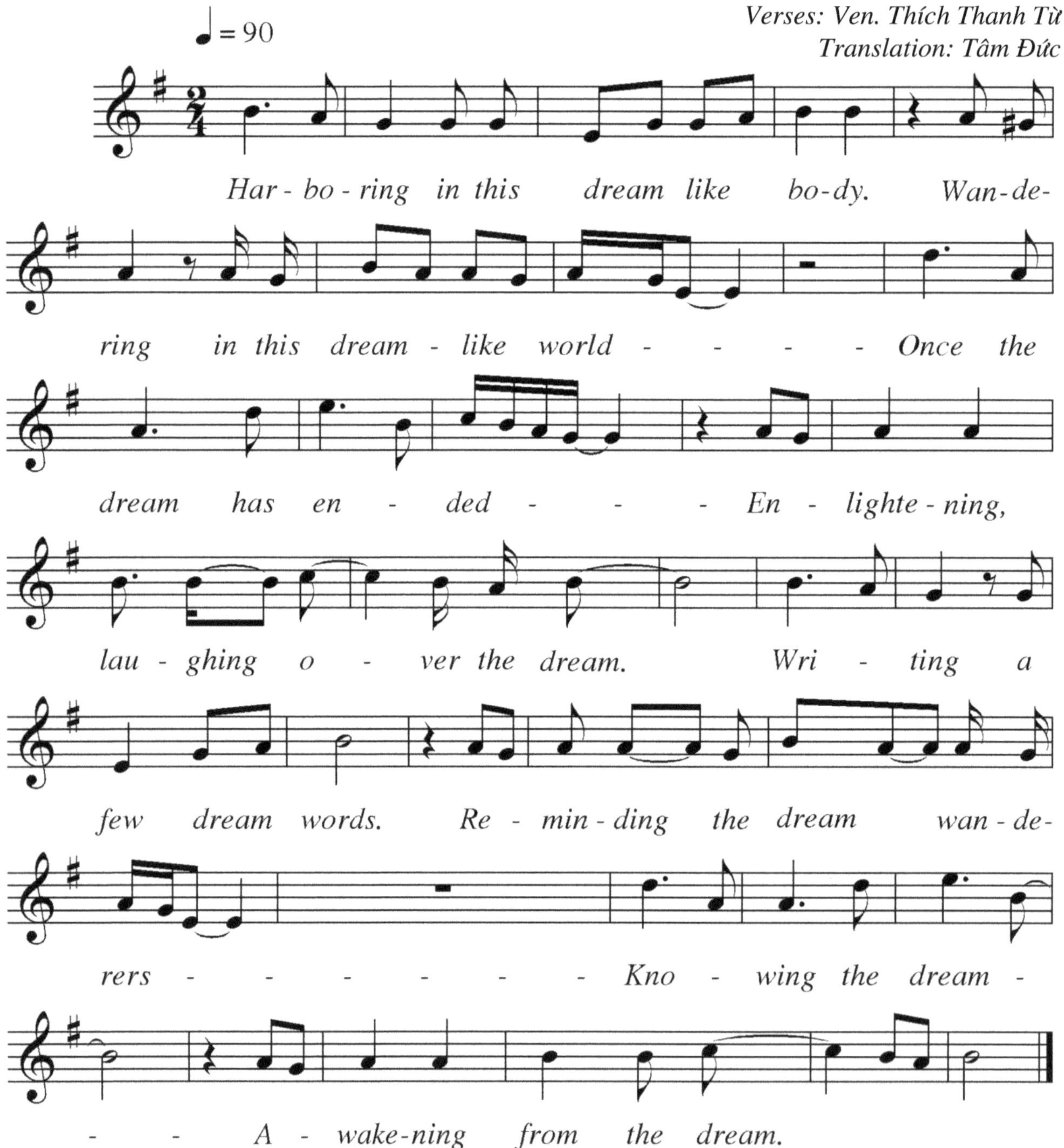

For you

Verses: Zen Master Thích Thanh Từ

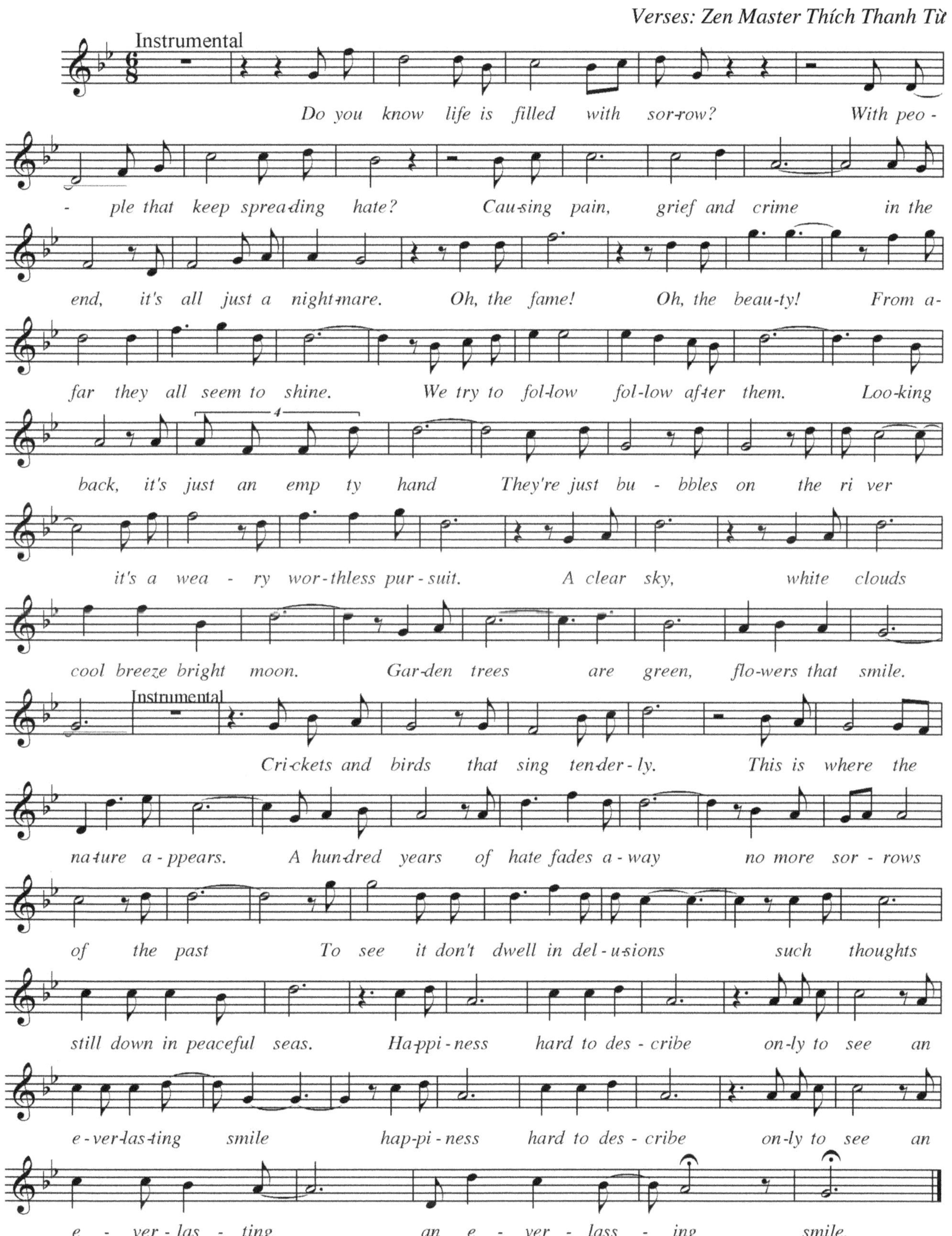
Instrumental
Do you know life is filled with sorrow? With peo-
-ple that keep spreading hate? Causing pain, grief and crime in the
end, it's all just a nightmare. Oh, the fame! Oh, the beauty! From a-
far they all seem to shine. We try to follow follow after them. Looking
back, it's just an empty hand They're just bubbles on the river
it's a weary worthless pursuit. A clear sky, white clouds
cool breeze bright moon. Garden trees are green, flowers that smile.
Instrumental
Crickets and birds that sing tenderly. This is where the
nature appears. A hundred years of hate fades away no more sorrows
of the past To see it don't dwell in delusions such thoughts
still down in peaceful seas. Happiness hard to describe only to see an
everlasting smile happiness hard to describe only to see an
everlasting an everlassing smile.

Fading Memories

Alice Hudder, T.D. Hoang, A.C. Hogan

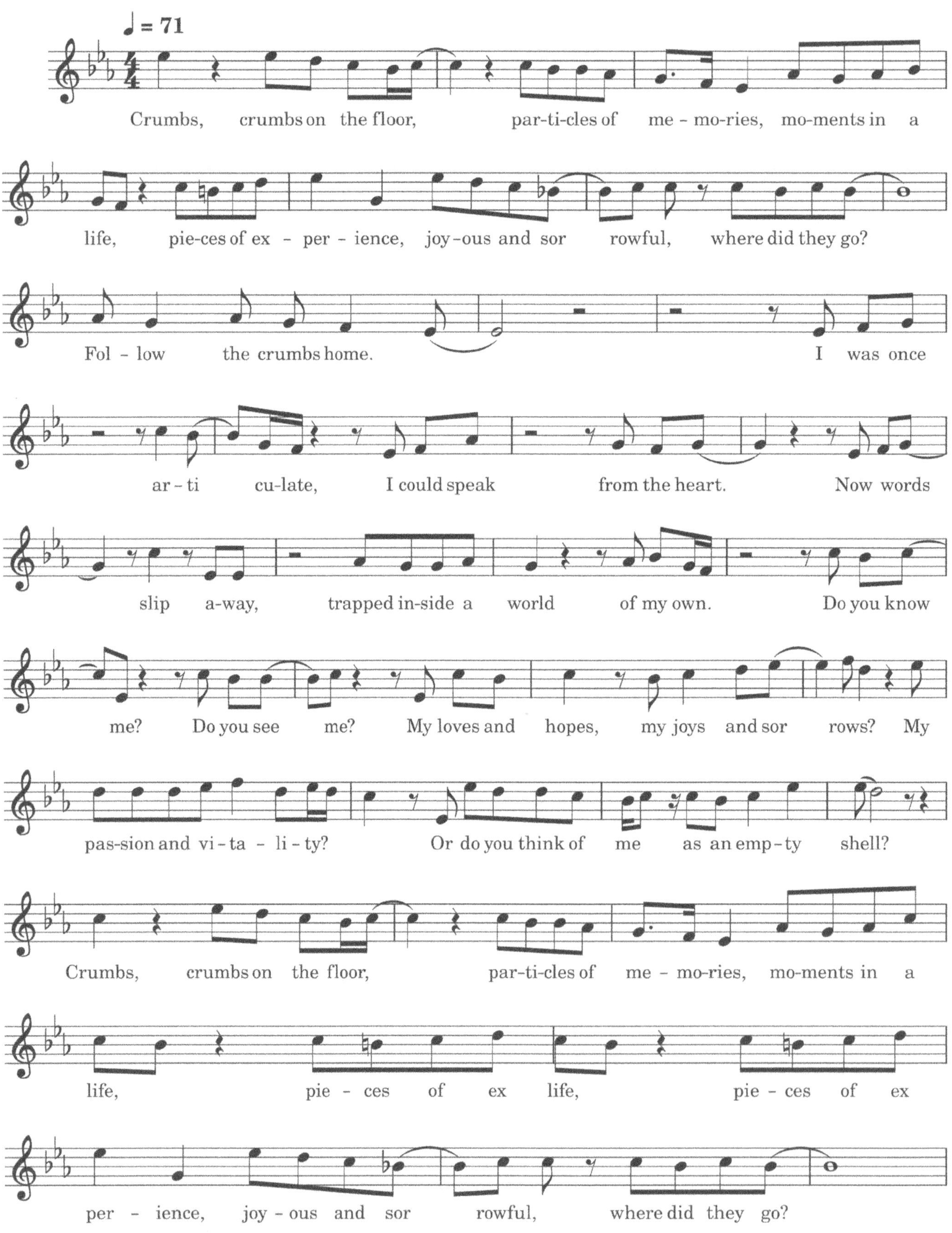

Crumbs, crumbs on the floor, par-ti-cles of me-mo-ries, mo-ments in a
life, pie-ces of ex-per-ience, joy-ous and sor rowful, where did they go?
Fol-low the crumbs home. I was once
ar-ti cu-late, I could speak from the heart. Now words
slip a-way, trapped in-side a world of my own. Do you know
me? Do you see me? My loves and hopes, my joys and sor rows? My
pas-sion and vi-ta-li-ty? Or do you think of me as an emp-ty shell?
Crumbs, crumbs on the floor, par-ti-cles of me-mo-ries, mo-ments in a
life, pie-ces of ex life, pie-ces of ex
per-ience, joy-ous and sor rowful, where did they go?

74

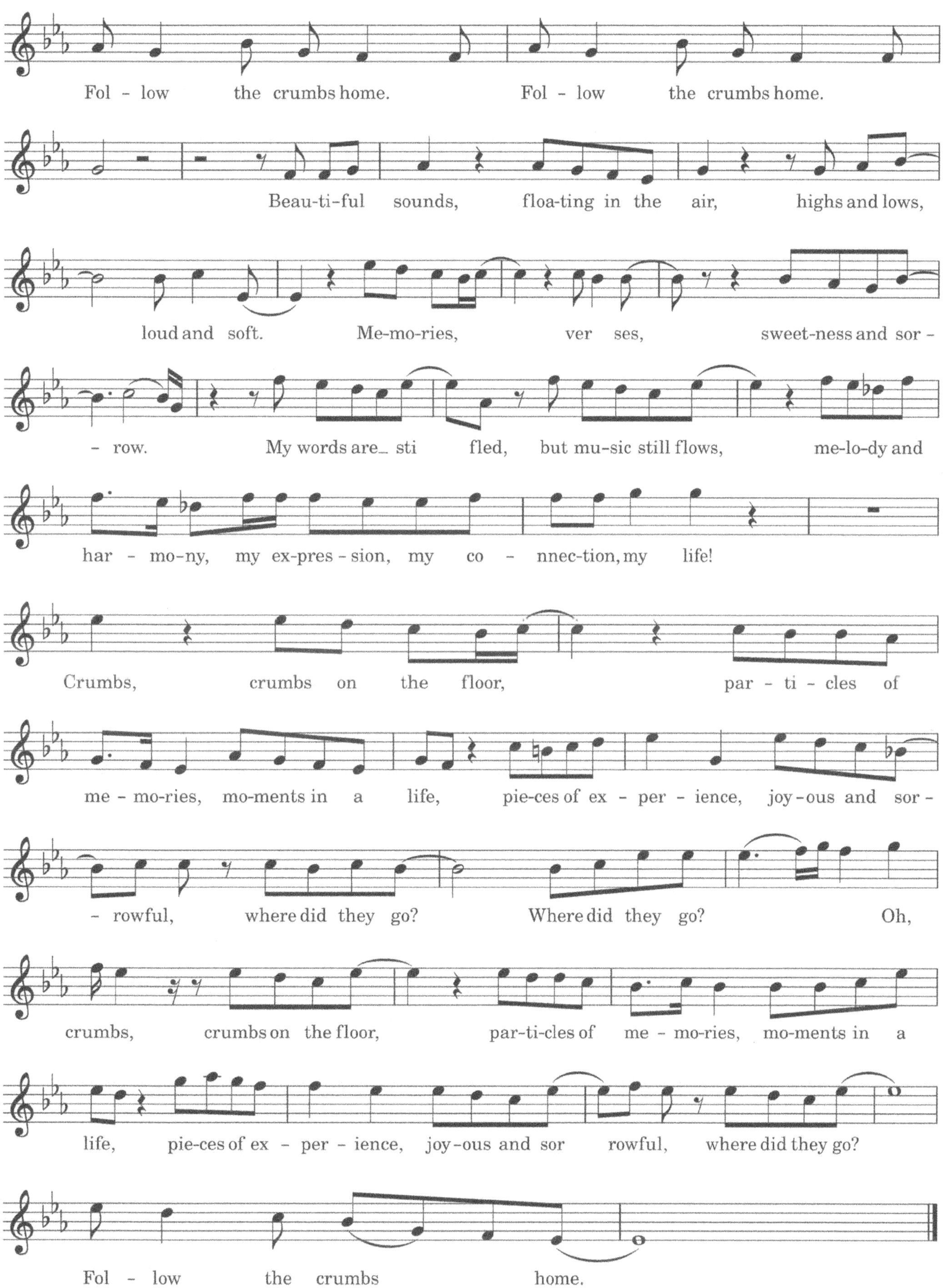

Fol - low the crumbs home. Fol - low the crumbs home.
Beau-ti-ful sounds, floa-ting in the air, highs and lows,
loud and soft. Me-mo-ries, ver ses, sweet-ness and sor -
- row. My words are sti fled, but mu-sic still flows, me-lo-dy and
har - mo-ny, my ex-pres - sion, my co - nnec-tion, my life!
Crumbs, crumbs on the floor, par - ti - cles of
me - mo-ries, mo-ments in a life, pie-ces of ex - per - ience, joy-ous and sor -
- rowful, where did they go? Where did they go? Oh,
crumbs, crumbs on the floor, par-ti-cles of me - mo-ries, mo-ments in a
life, pie-ces of ex - per - ience, joy-ous and sor rowful, where did they go?
Fol - low the crumbs home.

Five Subjects for Contemplation

Verses: Upajjhatthana Sutra

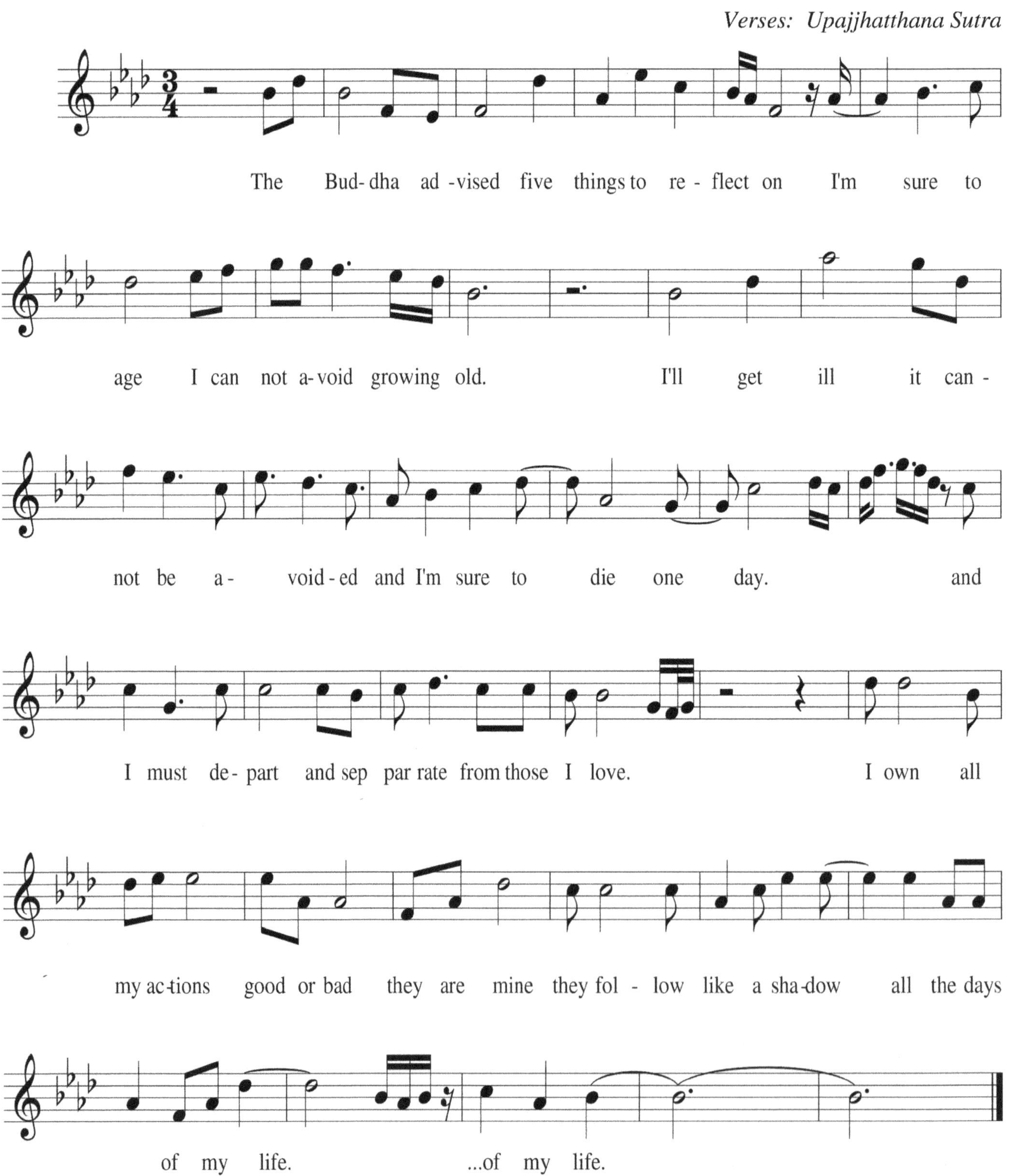

The Bud-dha ad -vised five things to re -flect on I'm sure to
age I can not a-void growing old. I'll get ill it can -
not be a- void-ed and I'm sure to die one day. and
I must de- part and sep par rate from those I love. I own all
my ac-tions good or bad they are mine they fol - low like a sha-dow all the days
of my life. ...of my life.

Fragrance of the Virtuous

Verses: Dhammapada

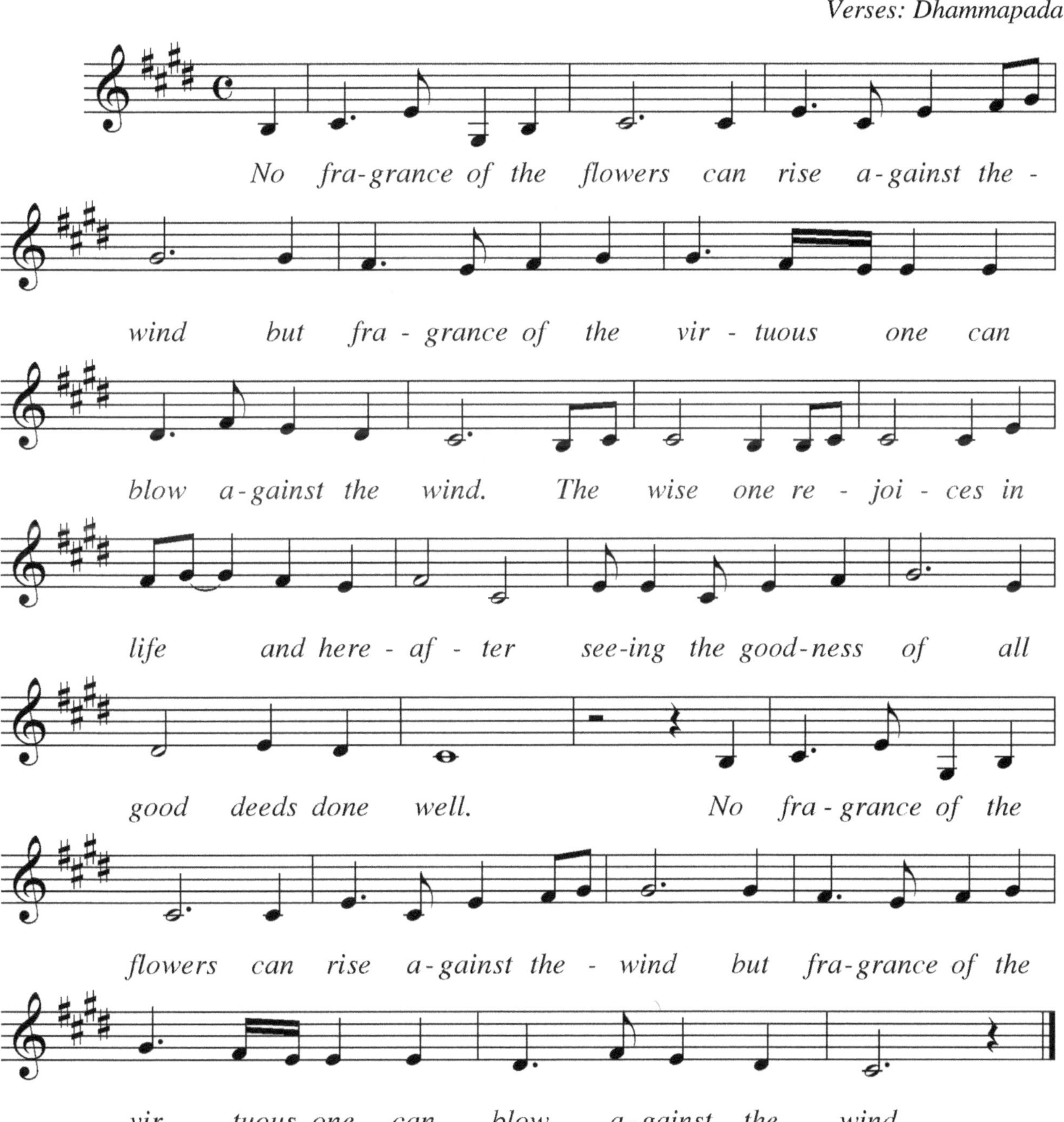

No fra-grance of the flowers can rise a-gainst the -
wind but fra - grance of the vir - tuous one can
blow a-gainst the wind. The wise one re - joi - ces in
life and here - af - ter see-ing the good-ness of all
good deeds done well. No fra-grance of the
flowers can rise a-gainst the - wind but fra-grance of the
vir - tuous one can blow a - gainst the wind.

Full Faith in the Triple Gem

Inspired by: teachings of Venerable Sariputta

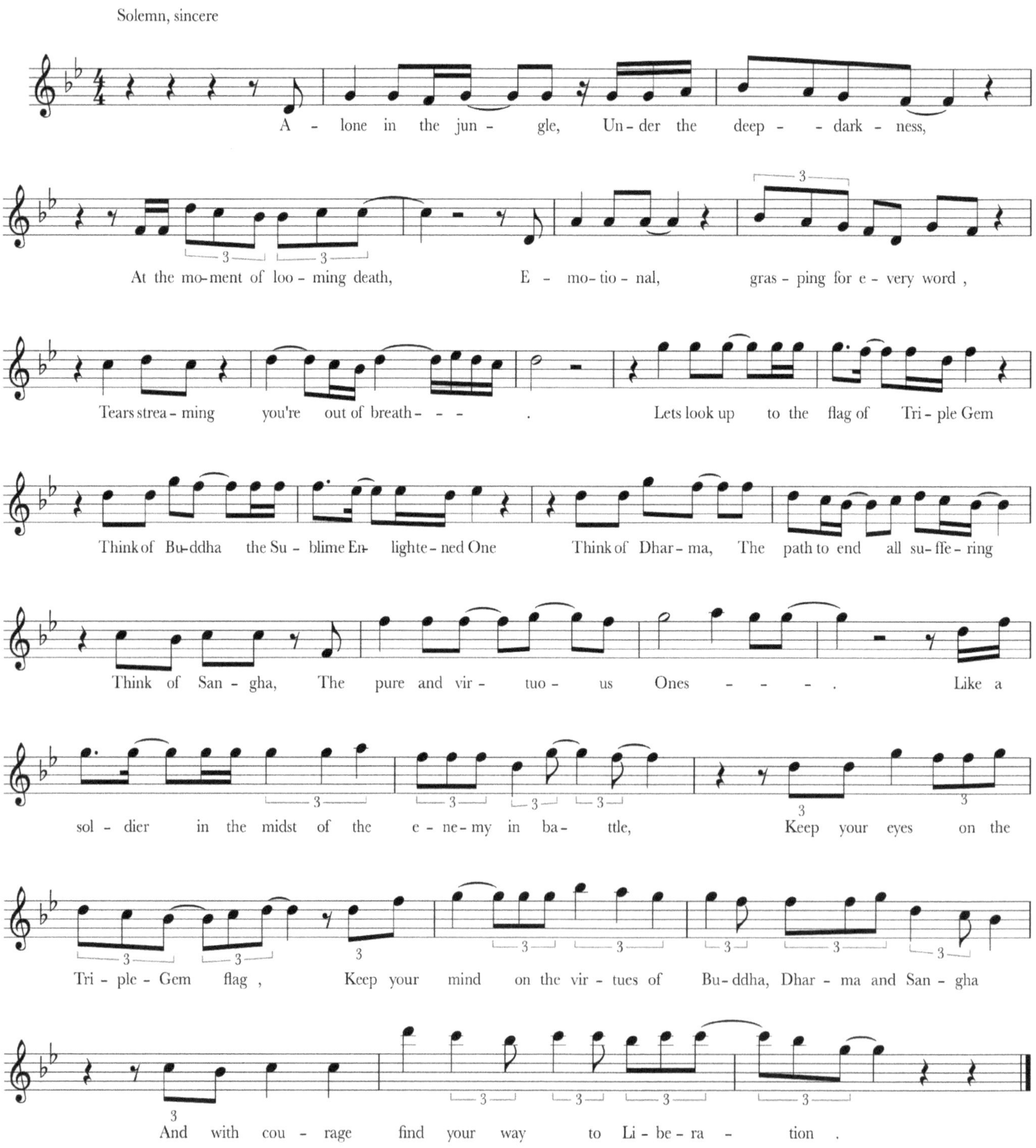

Solemn, sincere
A - lone in the jun - gle, Un- der the deep - - dark - ness,
At the mo-ment of loo - ming death, E - mo- tio- nal, gras - ping for e - very word ,
Tears strea - ming you're out of breath - - - . Lets look up to the flag of Tri - ple Gem
Think of Bu-ddha the Su - blime En- lighte - ned One Think of Dhar - ma, The path to end all su-ffe - ring
Think of San - gha, The pure and vir - tuo - us Ones - - - . Like a
sol - dier in the midst of the e - ne- my in ba- ttle, Keep your eyes on the
Tri - ple - Gem flag , Keep your mind on the vir - tues of Bu-ddha, Dhar - ma and San - gha
And with cou - rage find your way to Li - be- ra - tion .

Gratitude to Thầy

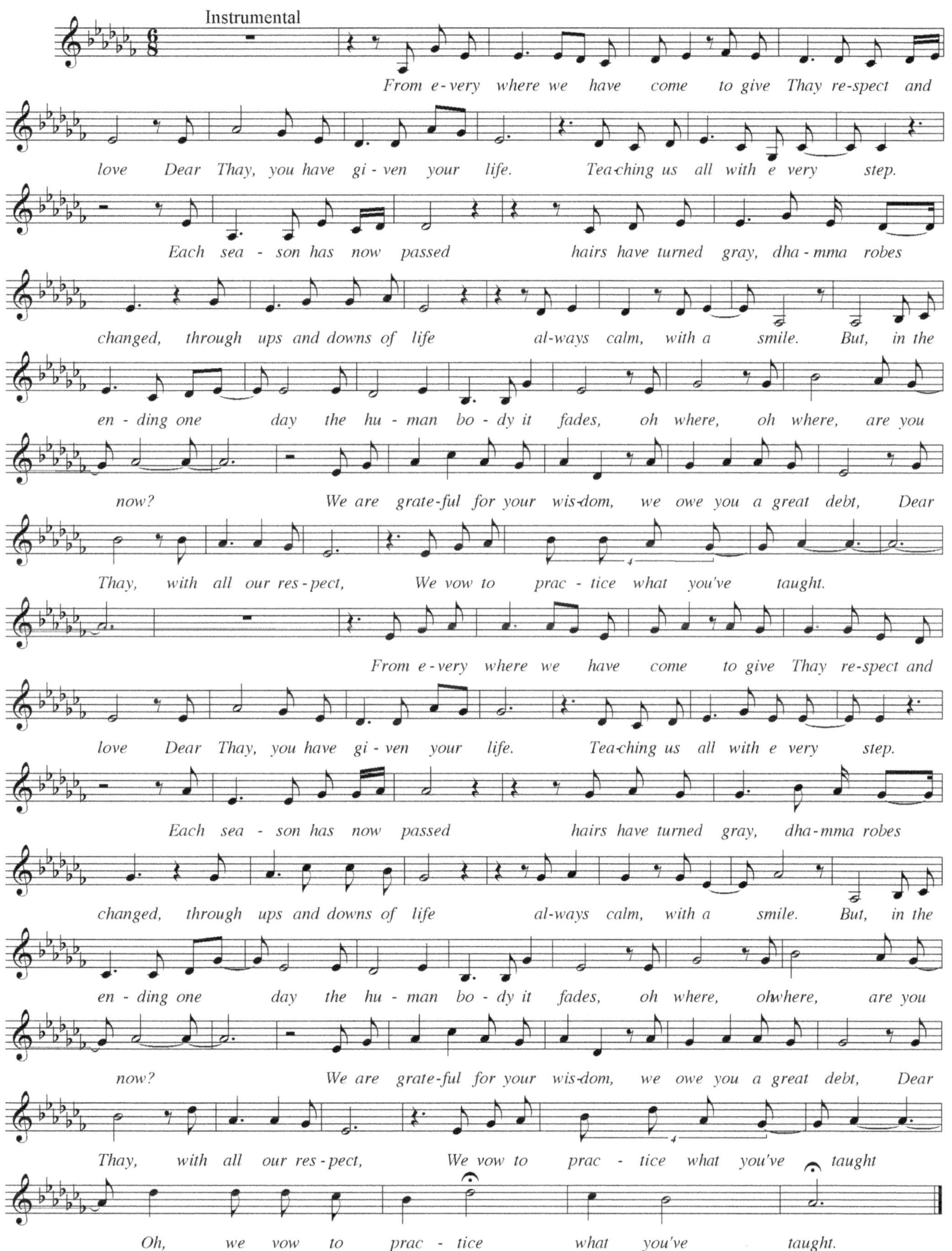

Happy New Year

Tâm Đức - Andrew Capra

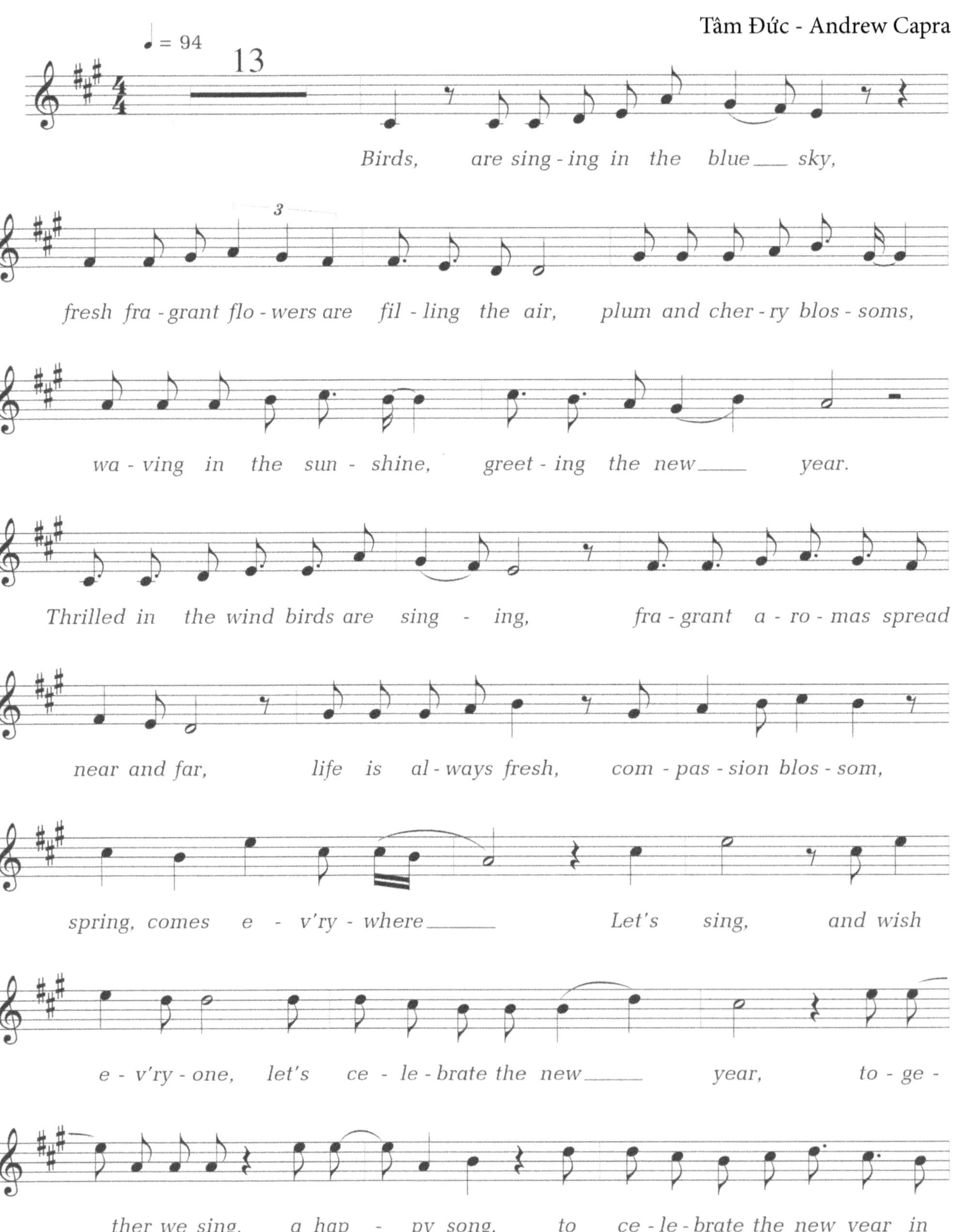

Birds, are sing - ing in the blue ___ sky,
fresh fra - grant flo - wers are fil - ling the air, plum and cher - ry blos - soms,
wa - ving in the sun - shine, greet - ing the new ___ year.
Thrilled in the wind birds are sing - ing, fra - grant a - ro - mas spread
near and far, life is al - ways fresh, com - pas - sion blos - som,
spring, comes e - v'ry - where ___ Let's sing, and wish
e - v'ry - one, let's ce - le - brate the new ___ year, to - ge -
ther we sing, a hap - py song, to ce - le - brate the new year in

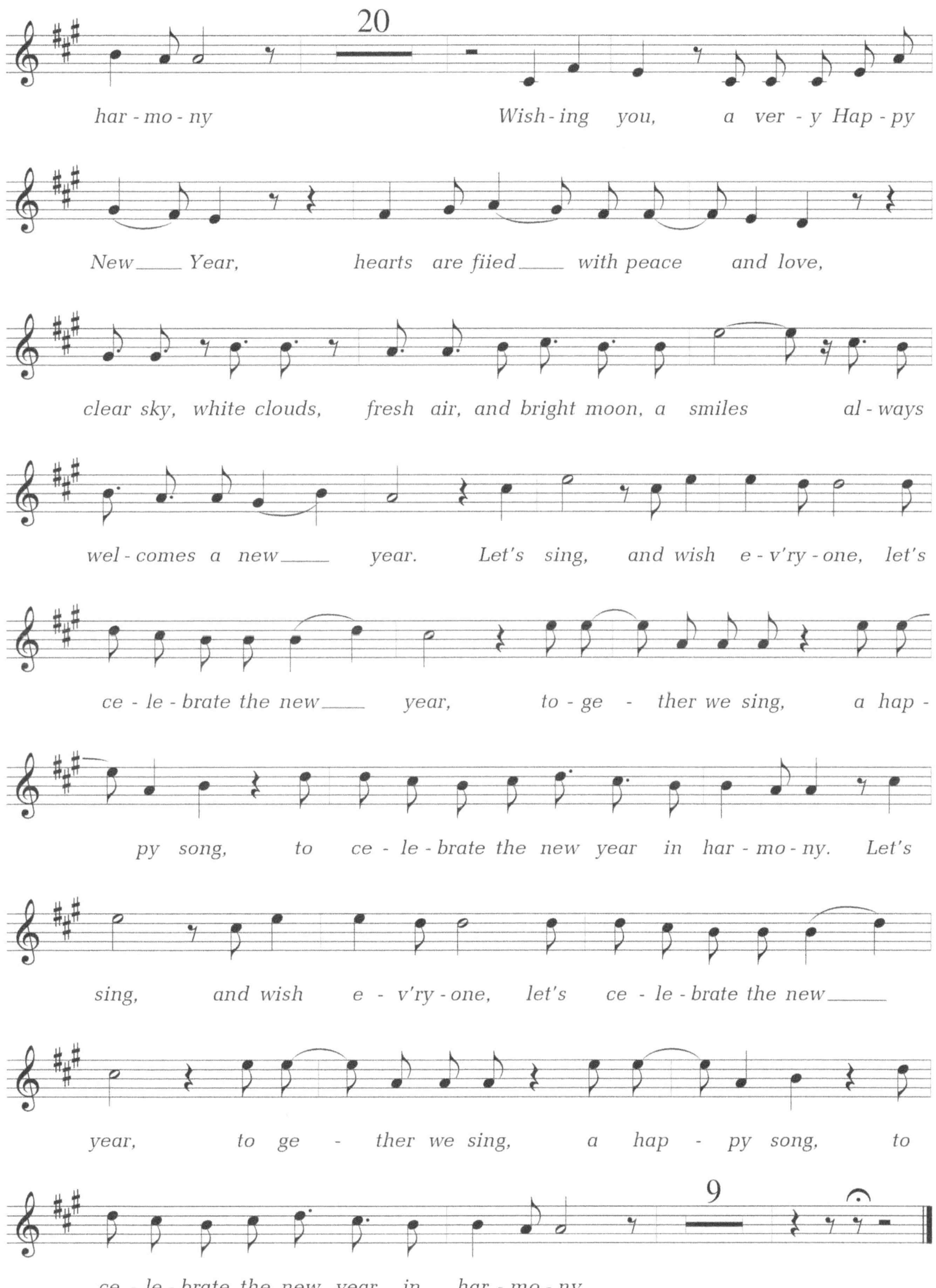

har - mo - ny   Wish - ing you,   a ver - y Hap - py
New____ Year,   hearts are fiied____ with peace   and love,
clear sky, white clouds,   fresh air, and bright moon, a smiles   al - ways
wel - comes a new____   year.   Let's sing,   and wish e - v'ry - one, let's
ce - le - brate the new____   year,   to - ge - ther we sing,   a hap -
py song,   to   ce - le - brate the new year in har - mo - ny. Let's
sing,   and wish   e - v'ry - one, let's   ce - le - brate the new____
year,   to ge - ther we sing,   a hap - py song,   to
ce - le - brate the new year in har - mo - ny.

HAPPY VESAK

Joyful

Music & lyrics: Chúc Linh
English translation: Tâm Đức - Đại Dũng

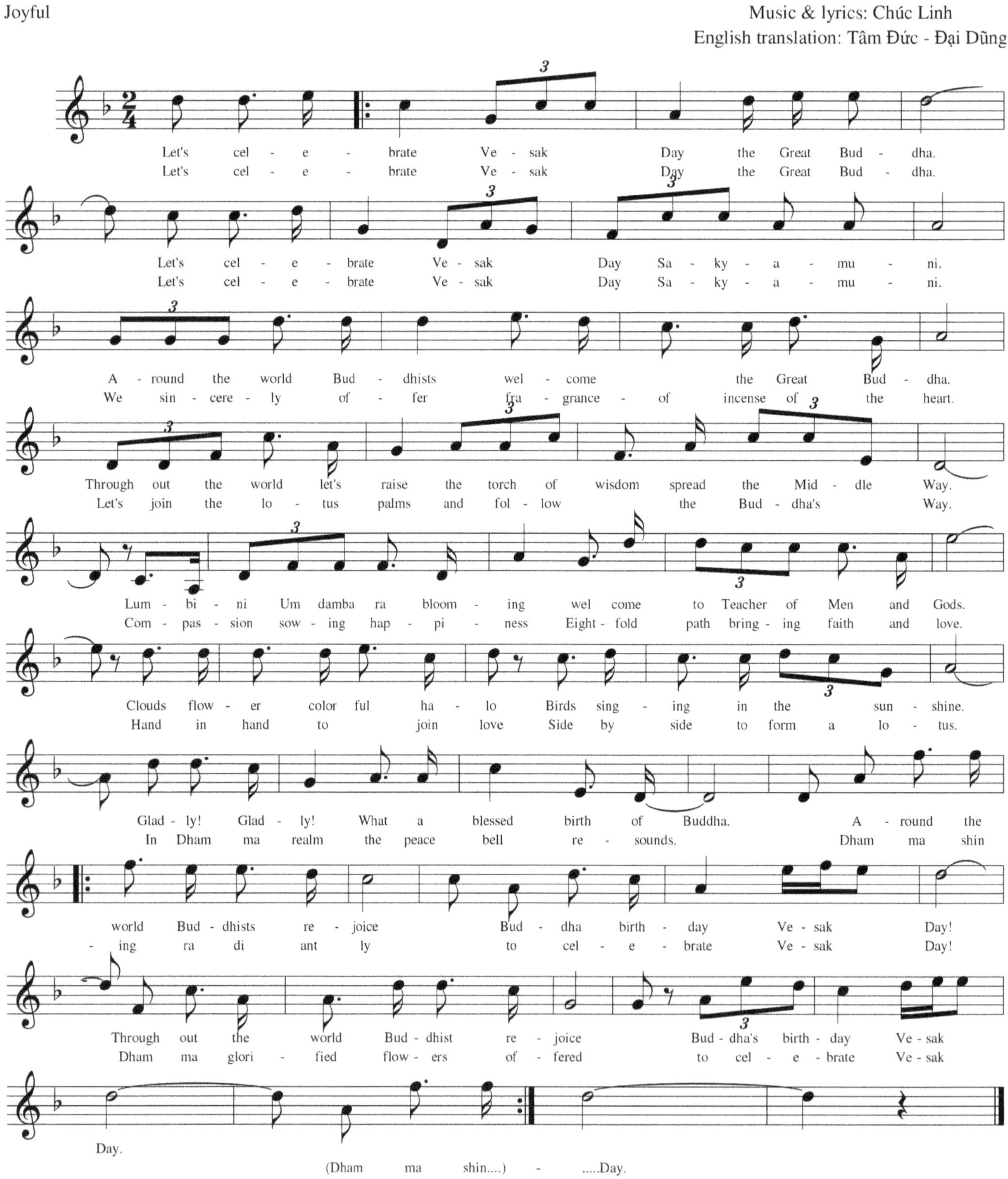

Let's cel - e - brate Ve - sak Day the Great Bud - dha.
Let's cel - e - brate Ve - sak Day the Great Bud - dha.
Let's cel - e - brate Ve - sak Day Sa - ky - a - mu - ni.
Let's cel - e - brate Ve - sak Day Sa - ky - a - mu - ni.
A - round the world Bud - dhists wel - come the Great Bud - dha.
We sin - cere - ly of - fer fra - grance - of incense of the heart.
Through out the world let's raise the torch of wisdom spread the Mid - dle Way.
Let's join the lo - tus palms and fol - low the Bud - dha's Way.
Lum - bi - ni Um damba ra bloom - ing wel come to Teacher of Men and Gods.
Com - pas - sion sow - ing hap - pi - ness Eight - fold path bring - ing faith and love.
Clouds flow - er color ful ha - lo Birds sing - ing in the sun - shine.
Hand in hand to join love Side by side to form a lo - tus.
Glad - ly! Glad - ly! What a blessed birth of Buddha. A - round the
In Dham ma realm the peace bell re - sounds. Dham ma shin
world Bud - dhists re - joice Bud - dha birth - day Ve - sak Day!
- ing ra di ant ly to cel - e - brate Ve - sak Day!
Through out the world Bud - dhist re - joice Bud - dha's birth - day Ve - sak
Dham ma glori - fied flow - ers of - fered to cel - e - brate Ve - sak
Day.
(Dham ma shin....) - .....Day.

82

IMPERMANENCE-DUKKHA-NONSELF

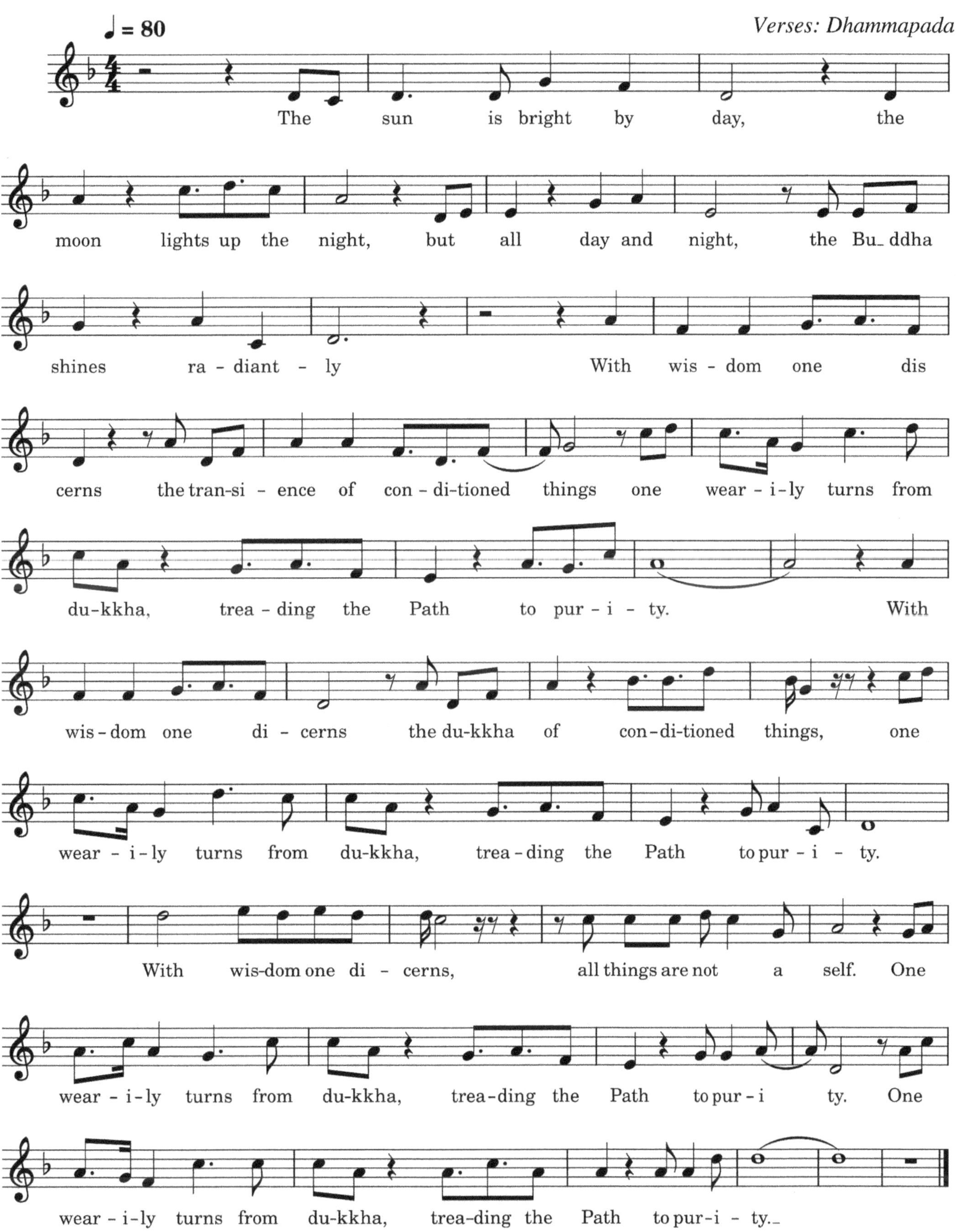
Verses: Dhammapada
The sun is bright by day, the
moon lights up the night, but all day and night, the Bu_ddha
shines ra - diant - ly With wis - dom one dis
cerns the tran-si - ence of con - di-tioned things one wear - i-ly turns from
du-kkha, trea - ding the Path to pur - i - ty. With
wis-dom one di - cerns the du-kkha of con-di-tioned things, one
wear - i-ly turns from du-kkha, trea-ding the Path to pur - i - ty.
With wis-dom one di - cerns, all things are not a self. One
wear - i-ly turns from du-kkha, trea-ding the Path to pur - i ty. One
wear - i-ly turns from du-kkha, trea-ding the Path to pur-i - ty._

Letting go

Verses: Dhammapada

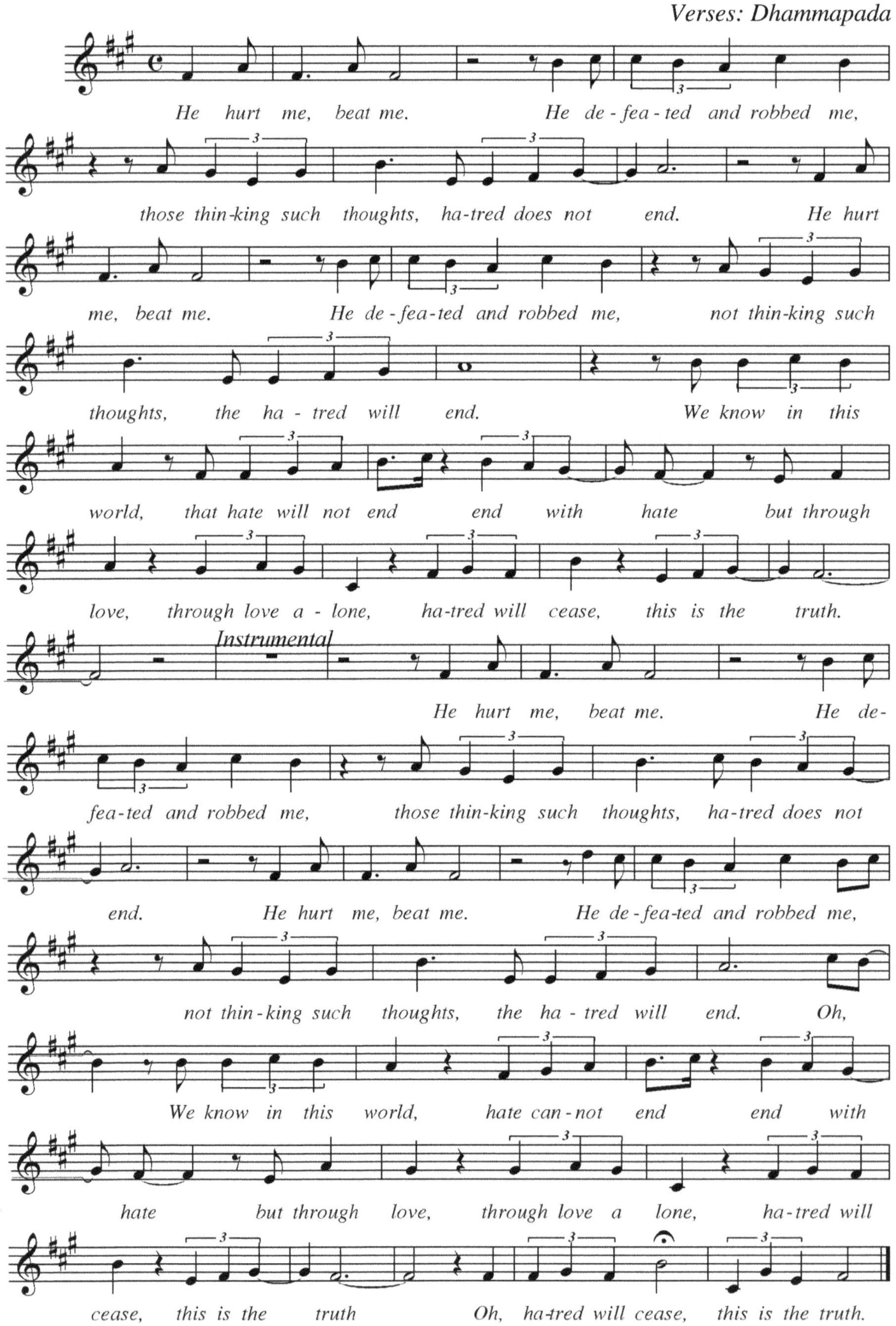

84

Life through my eyes

Lyrics: Zen Master Thích Thanh Từ
English adapted lyrics: Marcello Vieira

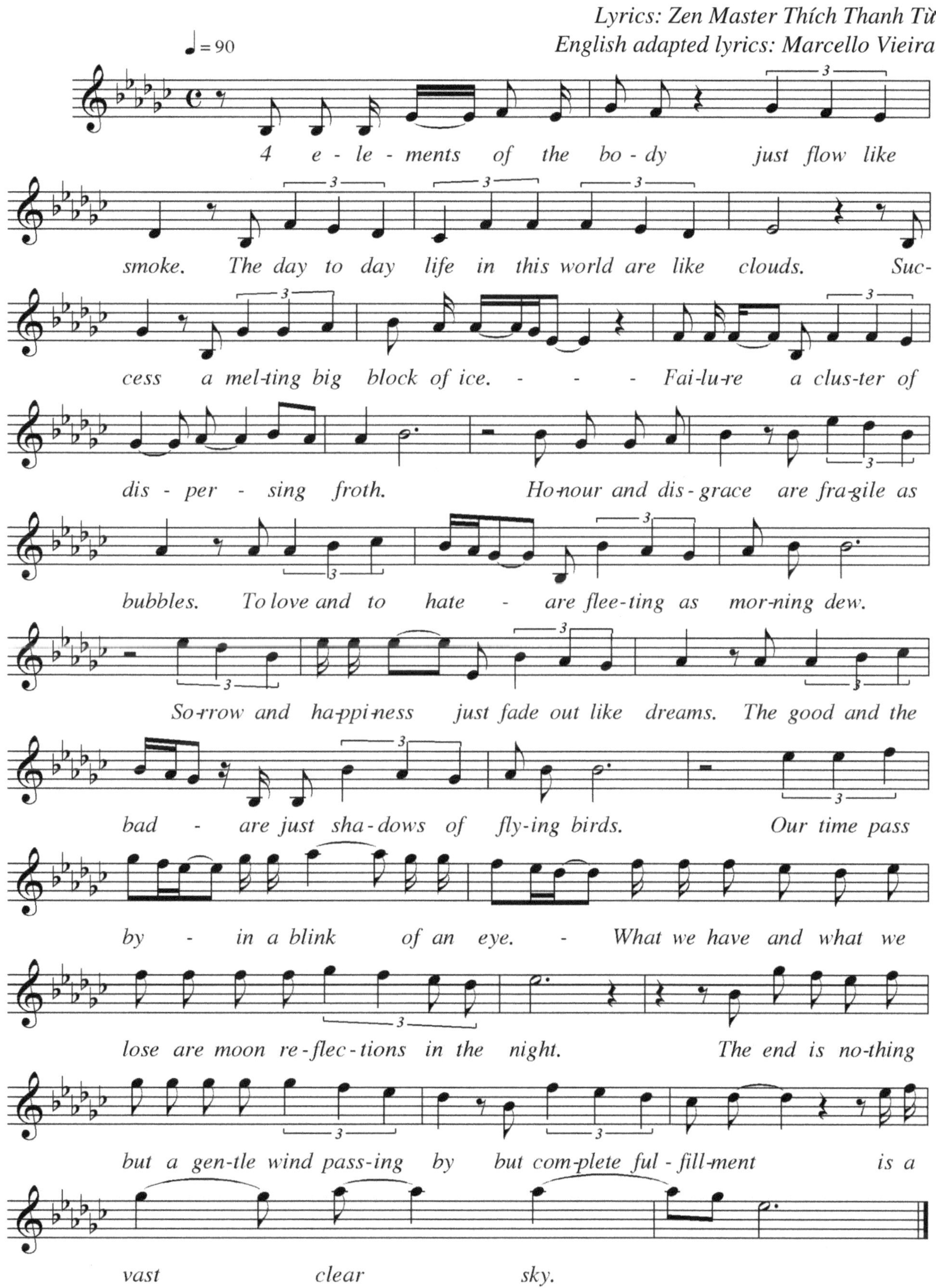
4 e - le - ments of the bo - dy just flow like
smoke. The day to day life in this world are like clouds. Suc-
cess a mel-ting big block of ice. - - - Fai-lu-re a clus-ter of
dis - per - sing froth. Ho-nour and dis - grace are fra-gile as
bubbles. To love and to hate - are flee-ting as mor-ning dew.
So-rrow and ha-ppi-ness just fade out like dreams. The good and the
bad - are just sha-dows of fly-ing birds. Our time pass
by - in a blink of an eye. - What we have and what we
lose are moon re -flec-tions in the night. The end is no-thing
but a gen-tle wind pass-ing by but com-plete ful - fill-ment is a
vast clear sky.

Mind

Verses: Dhammapada
Music: Tâm Đức - Marcello Vieira

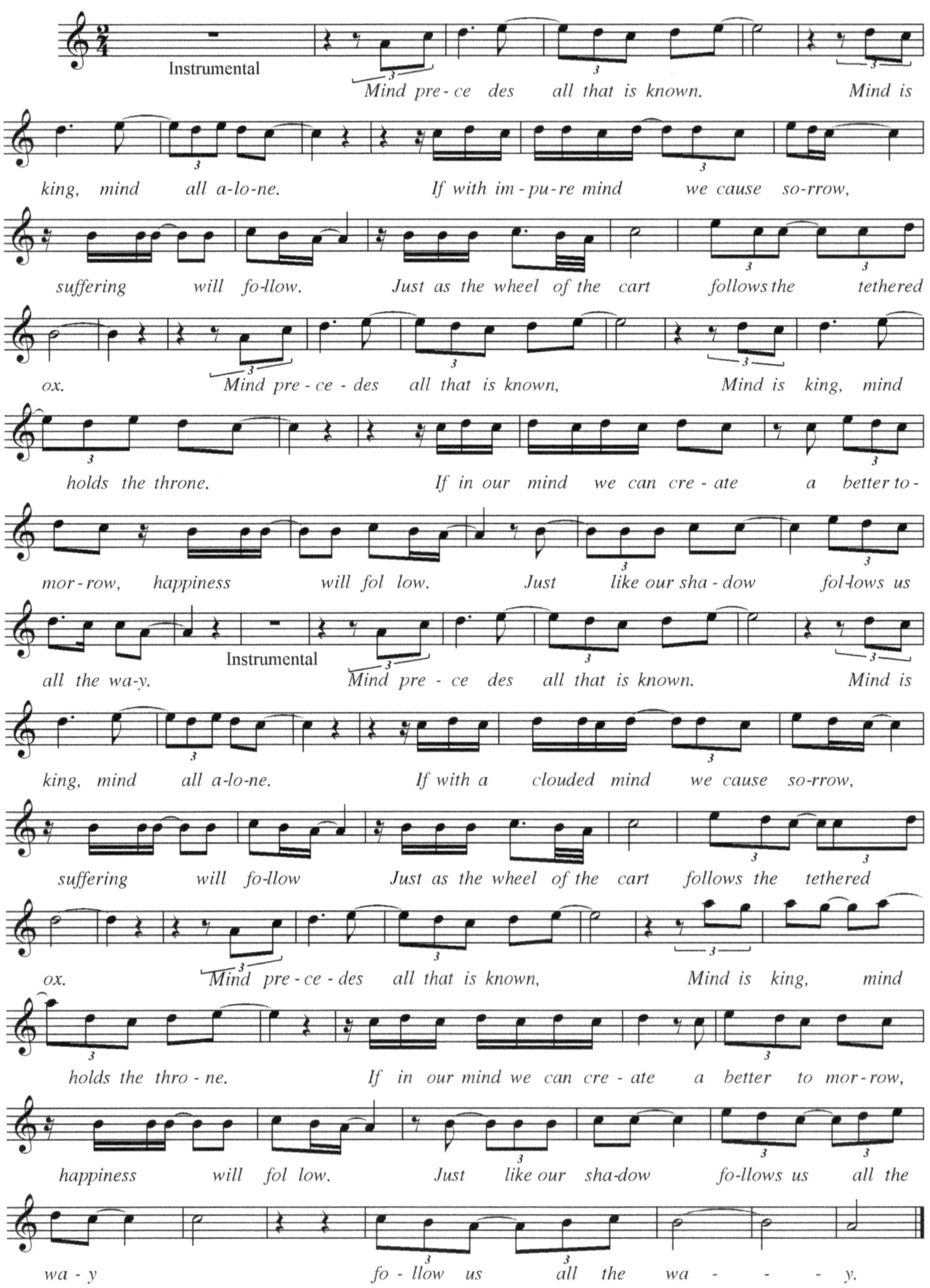
Instrumental
Mind pre - ce des all that is known. Mind is
king, mind all a-lo-ne. If with im - pu-re mind we cause so-rrow,
suffering will fo-llow. Just as the wheel of the cart follows the tethered
ox. Mind pre - ce - des all that is known, Mind is king, mind
holds the throne. If in our mind we can cre - ate a better to-
mor - row, happiness will fol low. Just like our sha - dow fol-lows us
all the wa-y. Instrumental Mind pre - ce des all that is known. Mind is
king, mind all a-lo-ne. If with a clouded mind we cause so-rrow,
suffering will fo-llow Just as the wheel of the cart follows the tethered
ox. Mind pre-ce - des all that is known, Mind is king, mind
holds the thro - ne. If in our mind we can cre - ate a better to mor - row,
happiness will fol low. Just like our sha-dow fo-llows us all the
wa - y fo - llow us all the wa - - y.

New Spring

Tâm Đức - Nguyên Hương - Marcello Vieira

A new Spring! a ve-ry joy-ful and hap-py new year! Hel-
lo! the world is sing-ing just to wel-come a new year... Plum, and cher-ry
blos-soms in the sun shine. And the fly-ing birds wel-come a fresh, beau-ti-ful
Spring. Let's ce-le-brate a hap-py new year Har-mo-nize it with the world
blessed with daz-zling laugh-ters and no sor-row. Through life is hard, Spring is still for-
e-ver. Let's ce-le-brate a hap-py new Spring Wi-shing
you a beau-ti-ful and Hap-py New Year. Let's ce-le-brate a hap-py new
Spring Wi-shing you a beau-ti-ful and Hap-py New Year.

Offering flowers to the Triple Gem

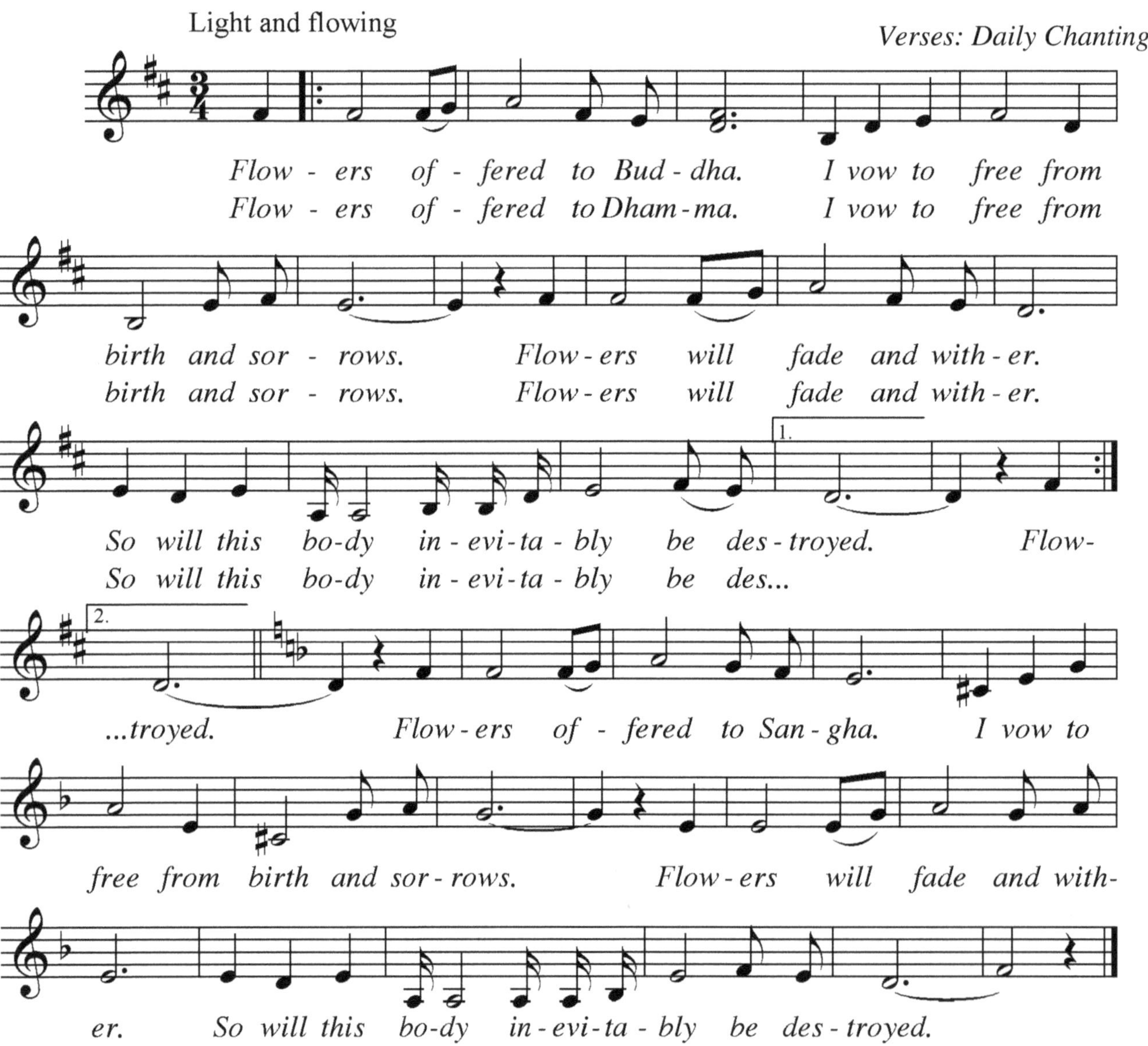

Light and flowing
Verses: Daily Chanting
Flow - ers of - fered to Bud - dha. I vow to free from
Flow - ers of - fered to Dham - ma. I vow to free from
birth and sor - rows. Flow - ers will fade and with - er.
birth and sor - rows. Flow - ers will fade and with - er.
So will this bo - dy in - evi - ta - bly be des - troyed. Flow-
So will this bo - dy in - evi - ta - bly be des...
...troyed. Flow - ers of - fered to San - gha. I vow to
free from birth and sor - rows. Flow - ers will fade and with-
er. So will this bo - dy in - evi - ta - bly be des - troyed.

Renunciation

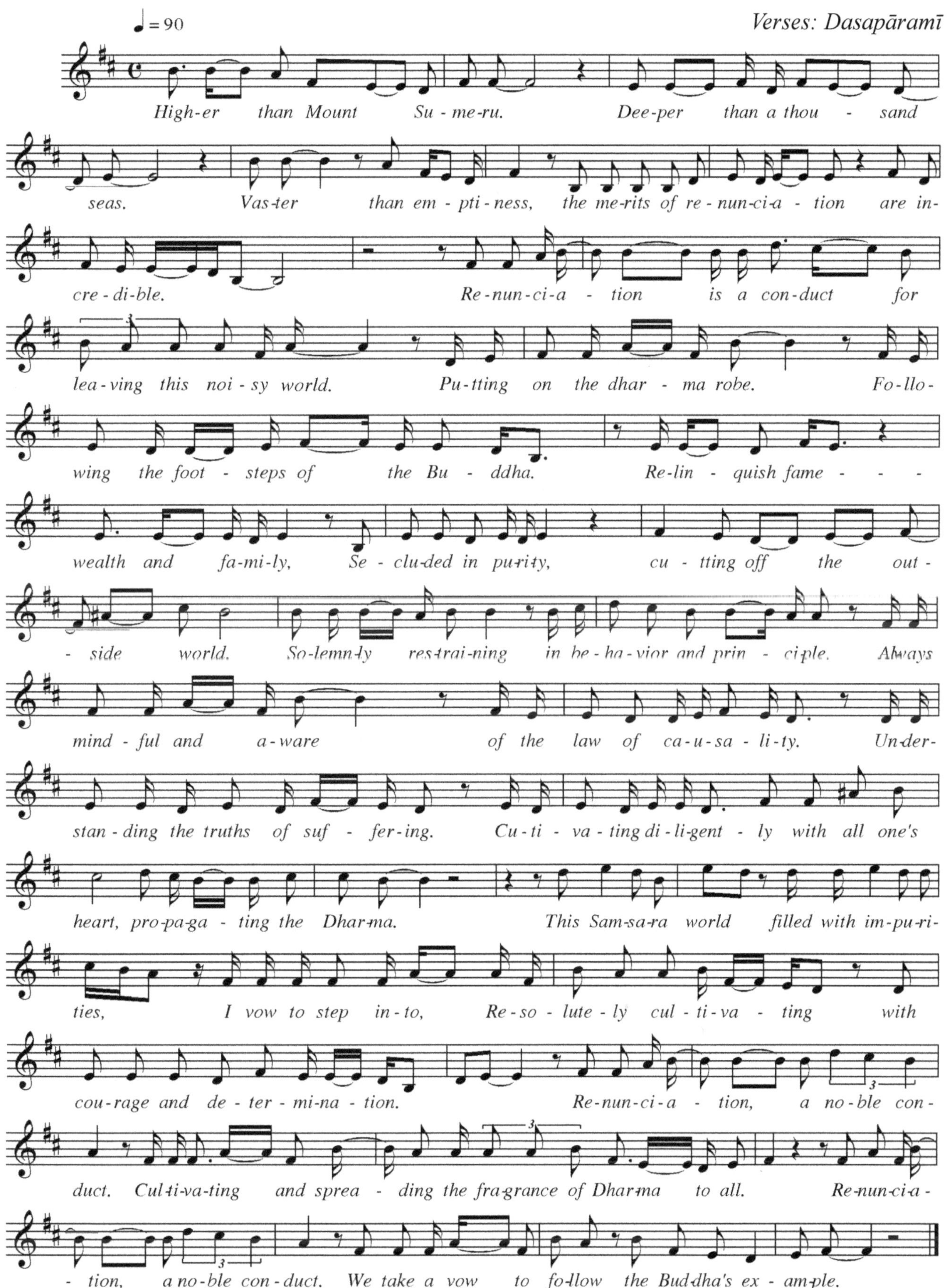

♩ = 90
Verses: Dasapāramī
High-er than Mount Su-me-ru. Dee-per than a thou - sand
seas. Vas-ter than em-pti-ness, the me-rits of re-nun-ci-a - tion are in-
cre-di-ble. Re-nun-ci-a - tion is a con-duct for
lea-ving this noi-sy world. Pu-tting on the dhar - ma robe. Fo-llo-
wing the foot-steps of the Bu-ddha. Re-lin - quish fame - - -
wealth and fa-mi-ly, Se-clu-ded in pu-ri-ty, cu-tting off the out-
- side world. So-lemn-ly res-trai-ning in be-ha-vior and prin - ci-ple. Al-ways
mind-ful and a-ware of the law of ca-u-sa-li-ty. Un-der-
stan-ding the truths of suf - fer-ing. Cu-ti-va-ting di-li-gent - ly with all one's
heart, pro-pa-ga - ting the Dhar-ma. This Sam-sa-ra world filled with im-pu-ri-
ties, I vow to step in-to, Re-so - lute-ly cul-ti-va - ting with
cou-rage and de - ter - mi-na - tion. Re-nun-ci-a - tion, a no-ble con-
duct. Cul-ti-va-ting and sprea - ding the fra-grance of Dhar-ma to all. Re-nun-ci-a-
- tion, a no-ble con - duct. We take a vow to fo-llow the Bu-ddha's ex - am-ple.

Reiterating Our Vows

Verses: Daily Chanting
The zen door is glo - ri - ous - ly pure,
the whole Sang - ha is har - mo - ni - ous, the Bu - ddha's
wis - dom ra - diates bri - lli - ant - ly,
the rain of Dhar - ma per - me - ates all. Budd - hists grow
un - sha - kea - ble____ faith,____
their fields of me - rits al - ways in - crease, may all be - ings, be
ha - ppy and bliss - ful,
pros - pe - rous and peace - ful. May all batt - les cease,
may all be - come Budd - has,
may all ba - ttles cease, may all be - come Budd - has. The zen door is glo - ri ous - ly

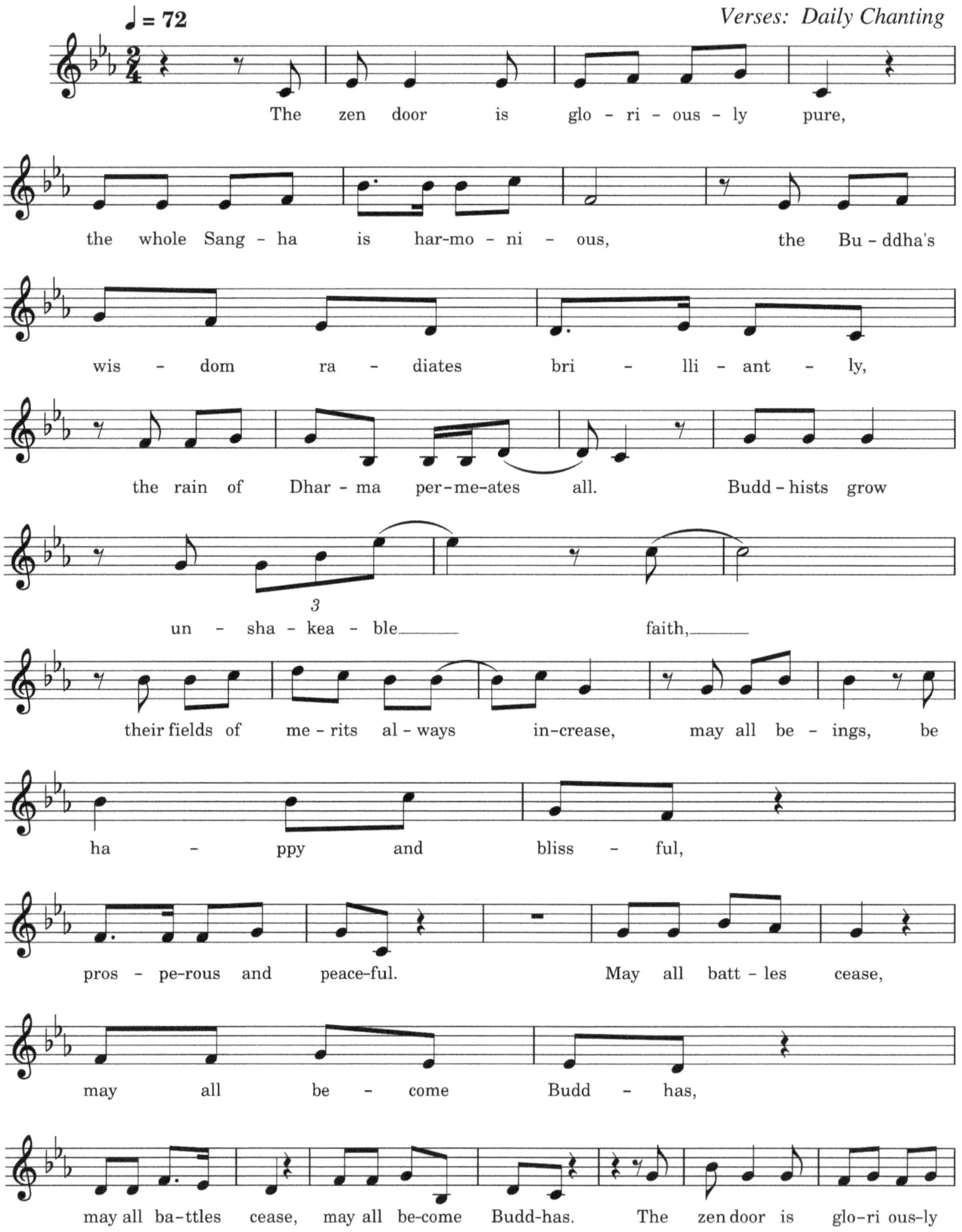

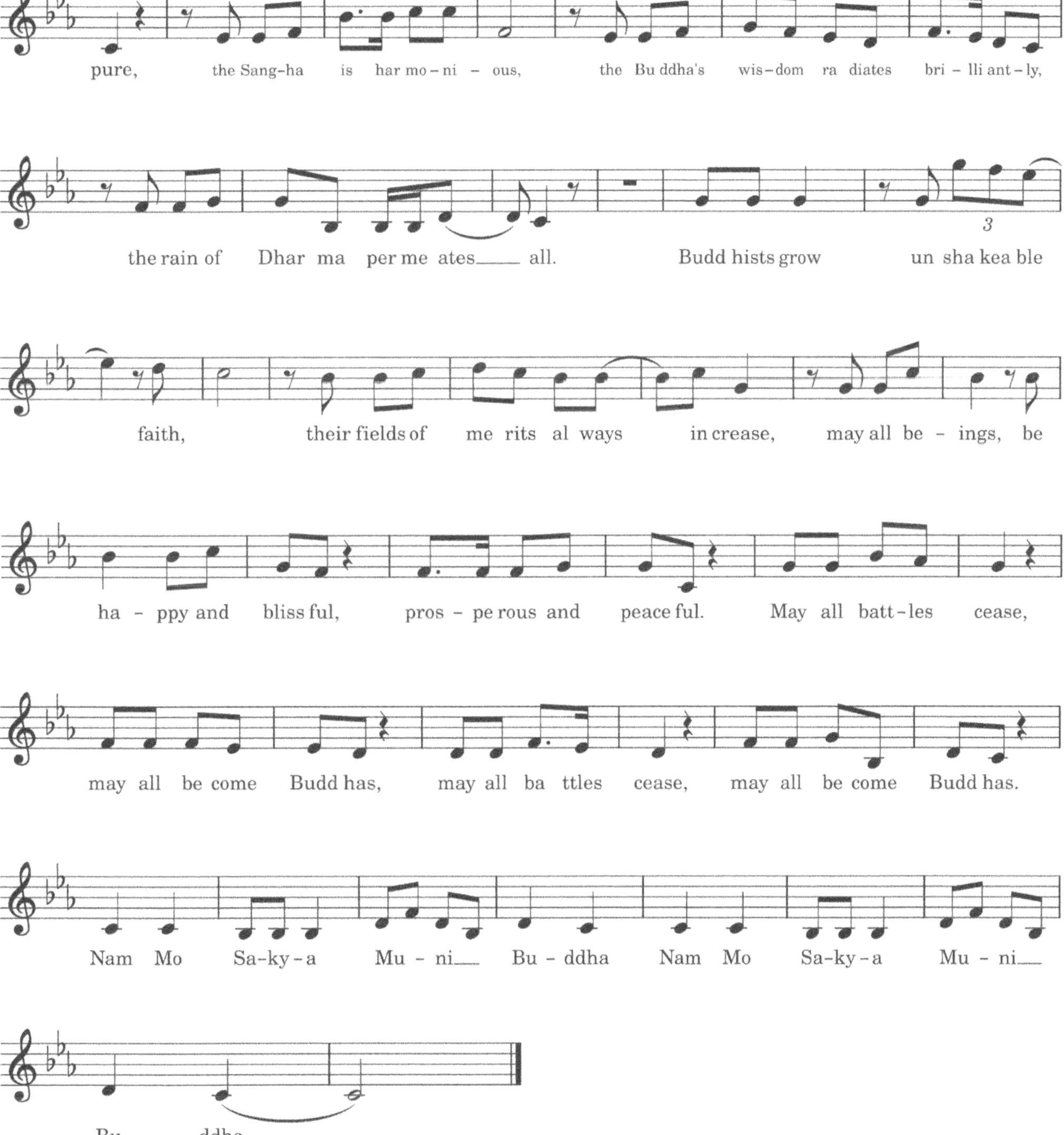

pure,   the Sang-ha   is har mo - ni - ous,   the Bu ddha's   wis-dom ra diates   bri - lli ant - ly,
the rain of   Dhar ma   per me ates____ all.   Budd hists grow   un sha kea ble
faith,   their fields of   me rits al ways   in crease,   may all be - ings,   be
ha - ppy and   bliss ful,   pros - pe rous and   peace ful.   May all batt-les   cease,
may all   be come   Budd has,   may all ba ttles   cease,   may all   be come   Budd has.
Nam Mo   Sa-ky - a   Mu - ni__   Bu - ddha   Nam Mo   Sa-ky - a   Mu - ni__
Bu   - ddha

Seize the moment to practice Dhamma

Solemn
Verses: Zen Master Tue Trung
Translation: Tam Duc
Edit: Dennis Southwood

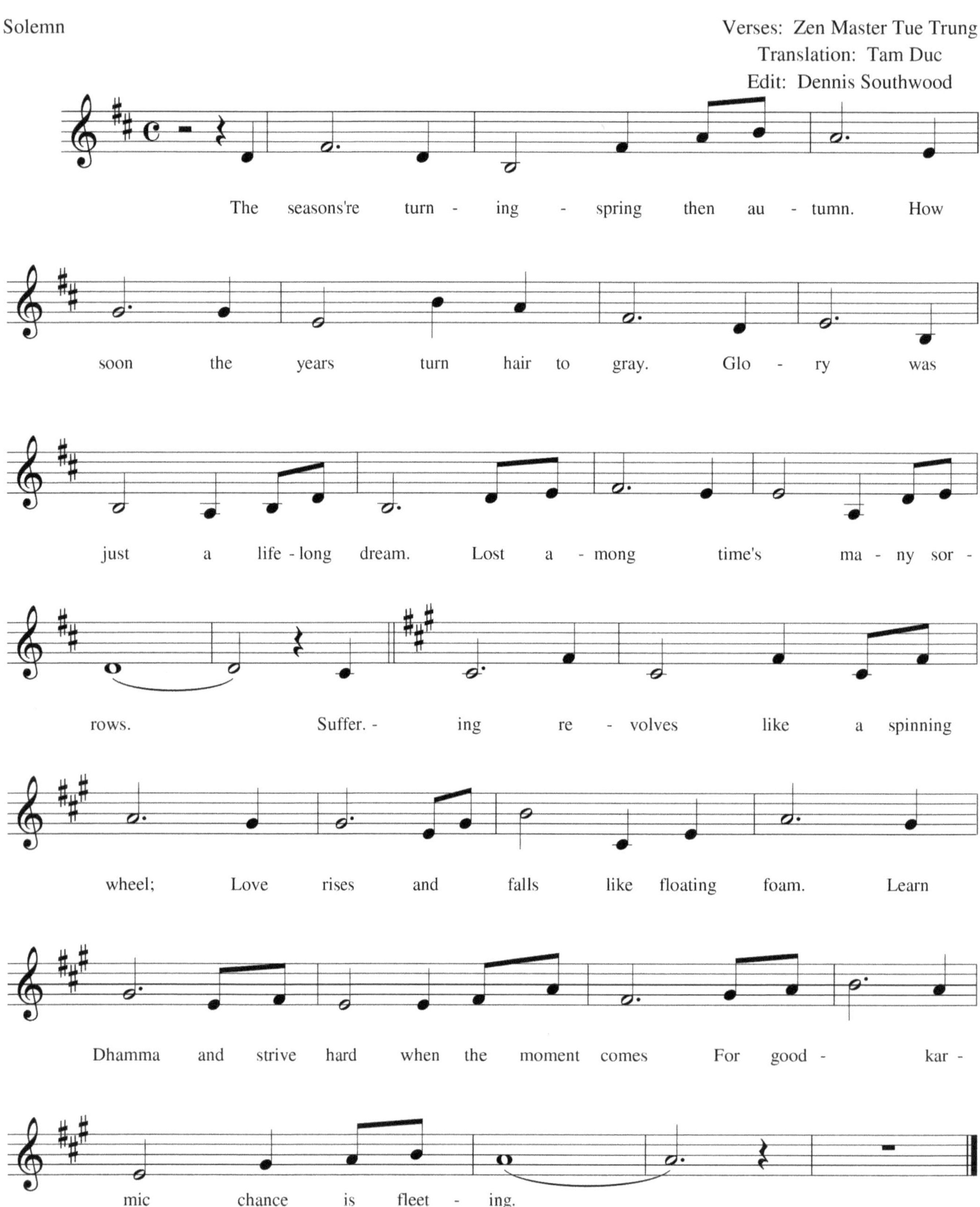

The seasons're turn - ing - spring then au - tumn. How
soon the years turn hair to gray. Glo - ry was
just a life - long dream. Lost a - mong time's ma - ny sor -
rows. Suffer. - ing re - volves like a spinning
wheel; Love rises and falls like floating foam. Learn
Dhamma and strive hard when the moment comes For good - kar -
mic chance is fleet - ing.

The ones who know to live alone

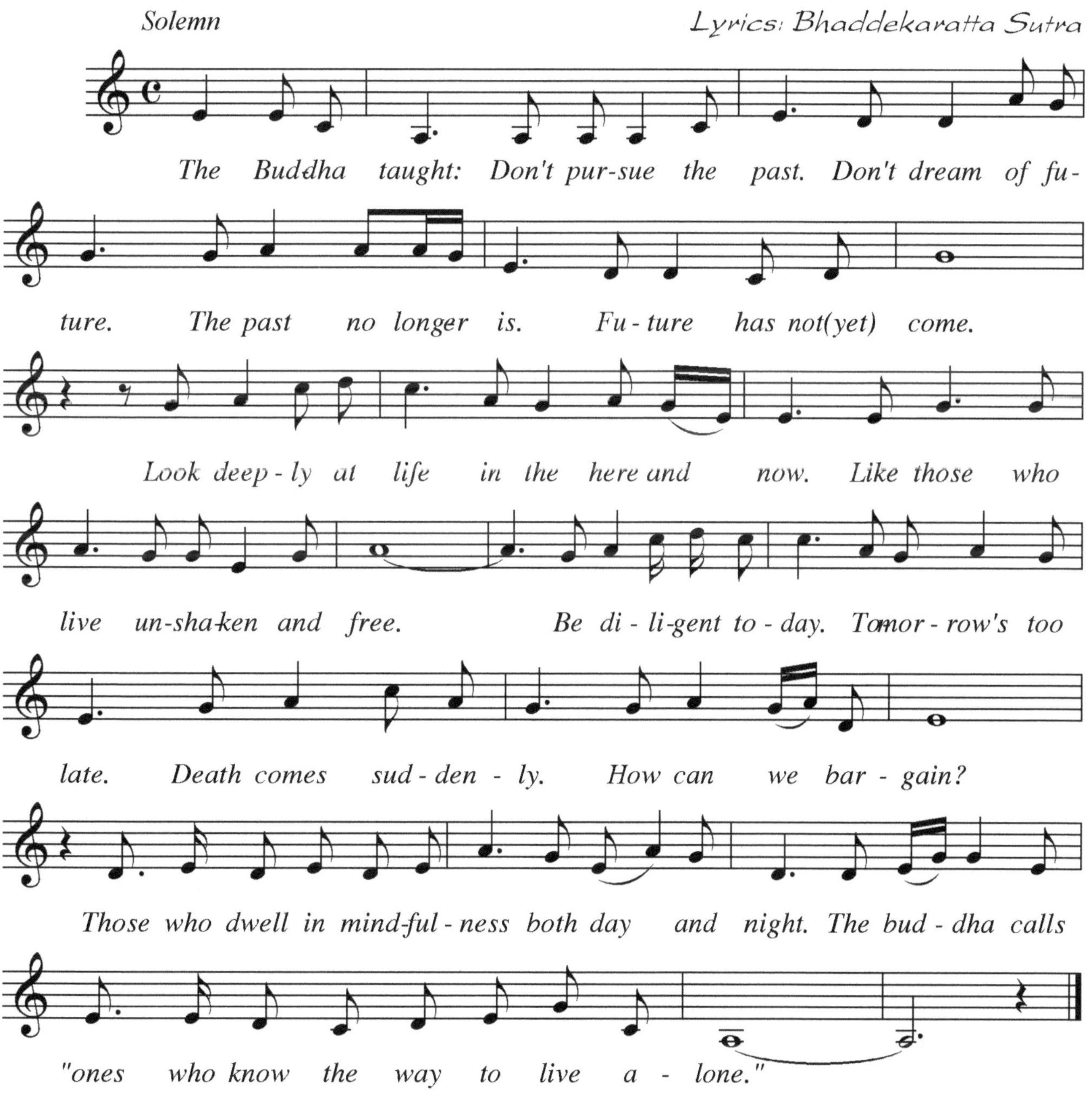

Solemn
Lyrics: Bhaddekaratta Sutra
The Buddha taught: Don't pur-sue the past. Don't dream of fu-
ture. The past no longer is. Fu-ture has not(yet) come.
Look deep-ly at life in the here and now. Like those who
live un-sha-ken and free. Be di-li-gent to-day. Tomor-row's too
late. Death comes sud-den-ly. How can we bar-gain?
Those who dwell in mind-ful-ness both day and night. The bud-dha calls
"ones who know the way to live a-lone."

The Traveller

Lyrics: Dhammapada
English adapted lyrics: Marcello Vieira

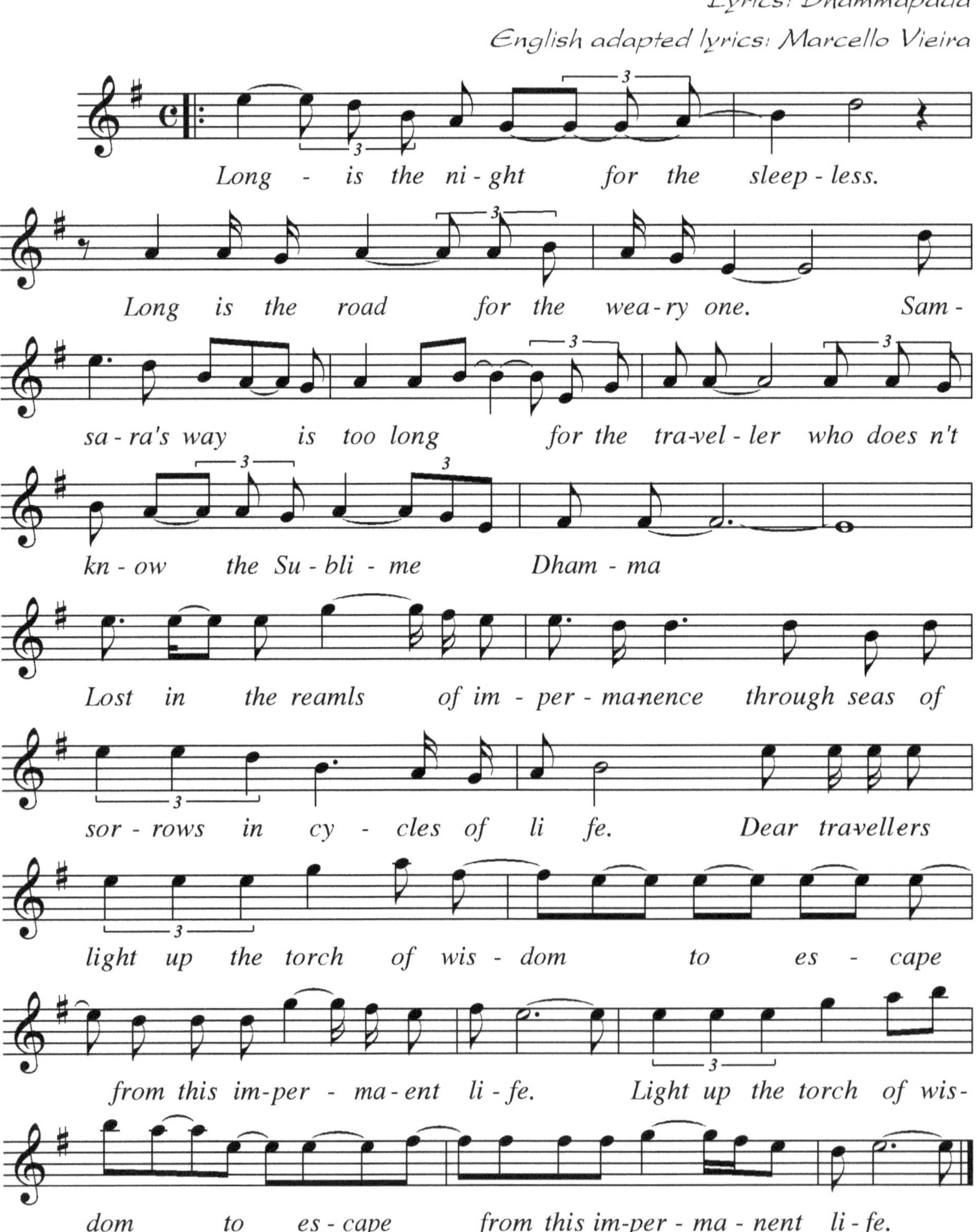

Long - is the ni - ght for the sleep - less.
Long is the road for the wea - ry one. Sam -
sa - ra's way is too long for the tra - vel - ler who does n't
kn - ow the Su - bli - me Dham - ma
Lost in the reamls of im - per - ma-nence through seas of
sor - rows in cy - cles of li - fe. Dear travellers
light up the torch of wis - dom to es - cape
from this im-per - ma-ent li - fe. Light up the torch of wis-
dom to es - cape from this im-per - ma - nent li - fe.

Today Has Passed (Impermanence)

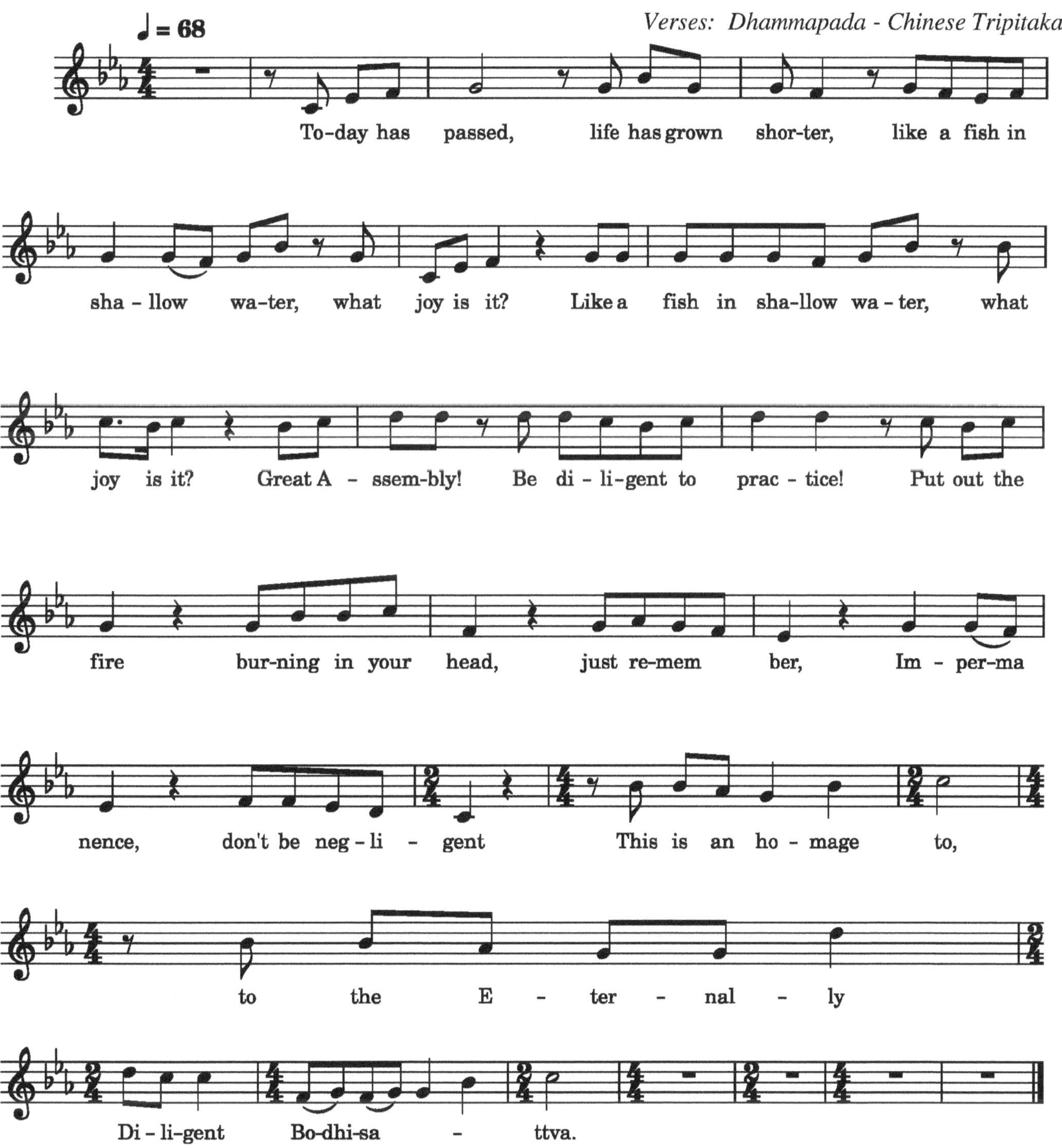

♩ = 68
Verses: Dhammapada - Chinese Tripitaka
To-day has passed, life has grown shor-ter, like a fish in
sha-llow wa-ter, what joy is it? Like a fish in sha-llow wa-ter, what
joy is it? Great A - ssem-bly! Be di - li-gent to prac - tice! Put out the
fire bur-ning in your head, just re-mem ber, Im - per-ma
nence, don't be neg - li - gent This is an ho - mage to,
to the E - ter - nal - ly
Di - li-gent Bo-dhi-sa - ttva.

Training of the Mind

Verses: Dhammapada

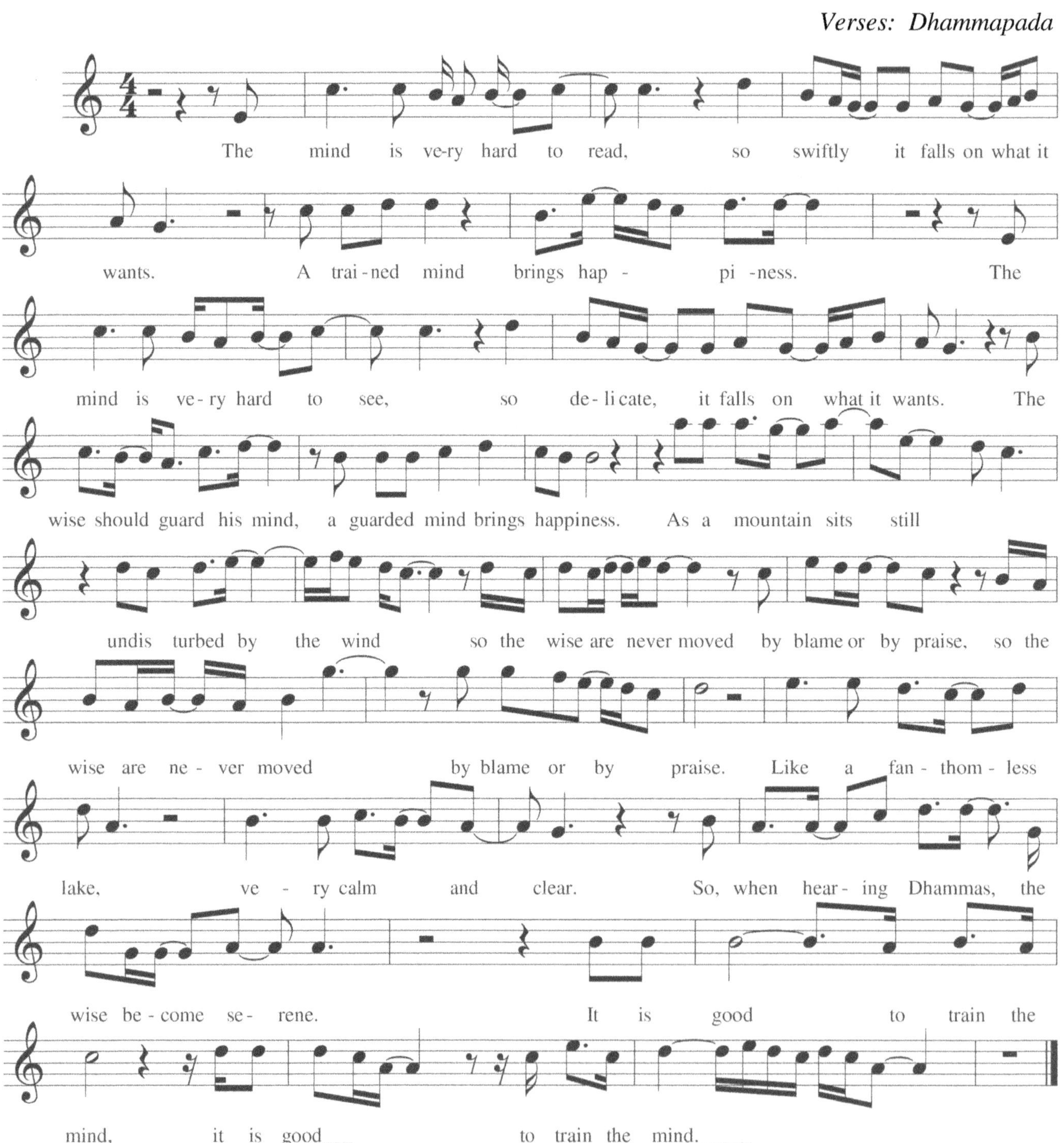

The mind is ve-ry hard to read, so swiftly it falls on what it
wants. A trai-ned mind brings hap - pi -ness. The
mind is ve-ry hard to see, so de-li cate, it falls on what it wants. The
wise should guard his mind, a guarded mind brings happiness. As a mountain sits still
undis turbed by the wind so the wise are never moved by blame or by praise, so the
wise are ne - ver moved by blame or by praise. Like a fan-thom-less
lake, ve - ry calm and clear. So, when hear-ing Dhammas, the
wise be-come se-rene. It is good to train the
mind, it is good___ to train the mind.______

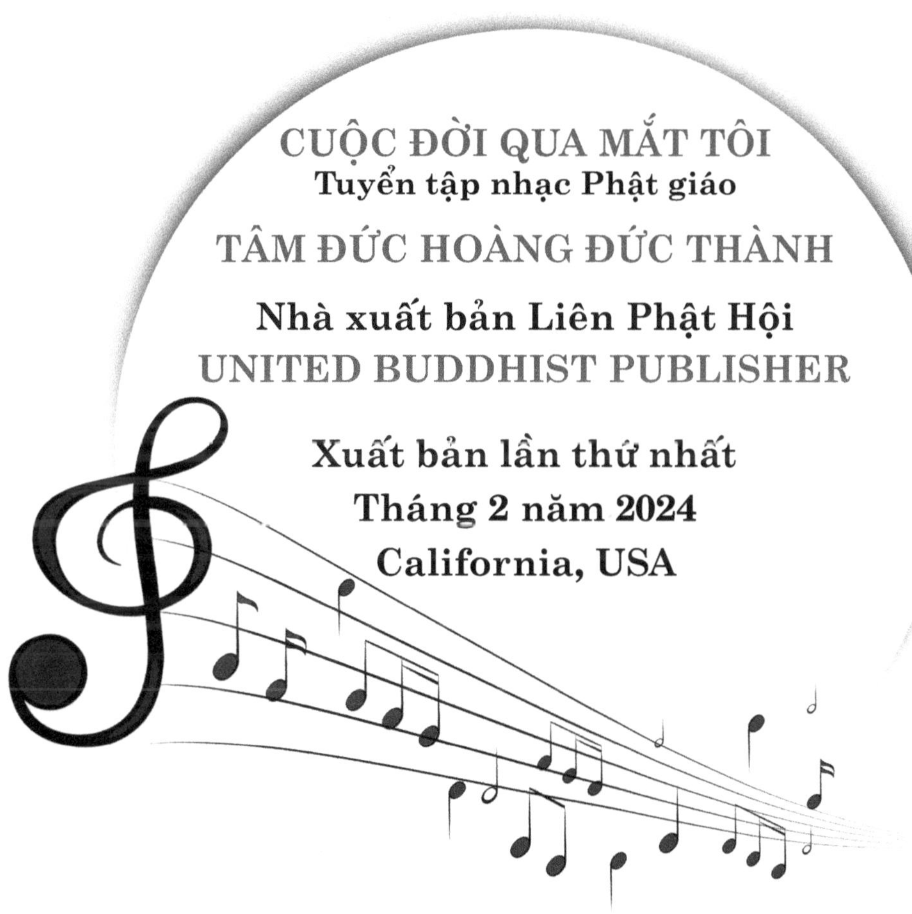

CUỘC ĐỜI QUA MẮT TÔI
Tuyển tập nhạc Phật giáo
TÂM ĐỨC HOÀNG ĐỨC THÀNH
Nhà xuất bản Liên Phật Hội
UNITED BUDDHIST PUBLISHER
Xuất bản lần thứ nhất
Tháng 2 năm 2024
California, USA

Quý vị có thể nghe những ca khúc Phật giáo này
bằng cách đăng ký kênh Youtube Hoàng Đức Thành
https://www.youtube.com/@duc-thanhhoang
Hoặc quét mã QR dưới đây và ở bìa sau tập nhạc.
Tất cả những ca khúc Phật giáo này
đều được lưu hành bất vụ lợi, hoàn toàn miễn phí.